PRÓTEINVÖ FFLUR
EKKI BAKKAÐUR

100 ljúffengar veitingar án ofnhitans

Jökull Nguyen

Höfundarréttarefni ©2024

Allur réttur áskilinn

Engan hluta þessarar bókar má nota eða senda á nokkurn hátt eða á nokkurn hátt án skriflegs samþykkis útgefanda og höfundarréttarhafa, nema stuttar tilvitnanir sem notaðar eru í umsögn. Þessi bók ætti ekki að koma í staðinn fyrir læknisfræðilega, lögfræðilega eða aðra faglega ráðgjöf.

EFNISYFIRLIT

EFNISYFIRLIT 3
KYNNING 6
KÖKUR OG LOAFKÖKUR 7
   1. Eplataka með kanil 8
   2. Kanilsnúður Bananabrauð 10
   3. Skólakerta 12
   4. Sítrónudropabrauðkaka – Starbucks stíll 14
   5. Hvítt súkkulaði bláberjabrauðterta 16
   6. Súkkulaði Fudge Brauðkaka 18
   7. Lotus Biscoff brauðterta 20
   8. Fullkomin súkkulaðikaka 22
   9. Super rak gulrótarkaka 24
KÖKUDEIG UPPSKRIFT 26
   10. Kökudeigspönnu 27
   11. The Ultimate Oreo Brookie 29
   12. Red Velvet Cookie Deig Bars 31
   13. No-Bake súkkulaðibitakökudeig 33
   14. Súkkulaðibitakökudeigsstangir 35
OSTAKÖKUR, TERTU OG BÖTUR 37
   15. No-Bake Cookie Crumble Cheesecake 38
   16. Bláberjabaka án baka 40
   17. Nei-baka ferskjubaka 42
   18. No-Bake graskersbaka 44
   19. No-Bake Chocolate Ricotta Pi e 46
   20. No-Bake Rjómalöguð jógúrtbaka 48
   21. No-Bake ísbaka 50
   22. No-Bake Ananas Chiffon ostakaka 52
   23. No-Bake Eggnog Ostakaka 54
   24. No-Bake Philly sumar ostakaka 56
   25. No-Bake Apríkósu Chiffon ostakaka 58
   26. Fersk ávaxtaterta án baka 60
   27. No-Bake jarðarberjartartlettur 62
   28. Sítrónuterta án baka 64
   29. No-Bake súkkulaði hnetusmjörsterta 66
   30. Hindberjamöndlutertlettur sem ekki eru bakaðar 68
   31. No-Bake Oreo myntu terta 70
   32. No-Bake Mango Kókos Tartlets 72
   33. No-Bake Caramel Pecan Tert 74
   34. No-Bake Súkkulaði Banana Terta 76
   35. Kinder fyllt smákökubaka 78
KÖKKUR 80

36. Fjögur innihaldsefni Nutella smákökur 81
37. Mjúkar og seigandi regnbogakökur 83
38. Mjúkar og seigar súkkulaðibitakökur 85
39. No-Bake Butterscotch Cookies 87
40. Appelsínukökur án baka 89
41. Engar bakaðar hnetusmjörskökur 91
42. No-Bake súkkulaði haframjöl smákökur 93
43. No-Bake haframjöl gelatín smákökur 95
44. No-Bake Penuche Drop smákökur 97
45. No-Bake Bourbon hafrakökur 99
46. No-Bake Matcha hvít súkkulaði smákökur 101
47. No-Bake Kókos Lime smákökur 103
48. Ekki baka pistasíu trönuberjakökur 105
49. No-Bake Chai kryddaðar smákökur 107

KLASSAR OG HEYSTAKAR 109
50. No-Bake Fudge klasar 110
51. No-Bake súkkulaði hnetusmjörsklasar 112
52. No-Bake möndlugleðiklasar 114
53. No-Bake Trail Mix klasar 116
54. No-Bake hvítsúkkulaði hindberjaklasar 118
55. No-Bake Caramel Pretzel klasar 120
56. No-Bake Cranberry Pistasíu klasar 122
57. No-Bake dökkt súkkulaði kirsuberjaklasar 124

STÖRÐ, KRUMLA OG SKOÐARAR 126
58. No-Bake Peach Crisp 127
59. No-Bake Apple Crisp 129
60. No-Bake Blandaður Berry Cobbler 131
61. No-Bake Cherry Crisp 133
62. No-Bake Mango Coconut Cr umble 135
63. No-Bake bláberja möndlu stökk 137
64. No-Bake Dragon Fruit Crumble 139
65. No-Bake Lychee Crisp 141
66. No-Bake Papaya Cobbler 143
67. No-Bake Kiwi Crumble 145
68. No-Bake Passion Fruit Cobbler 147

KÖKUR 149
69. No-Bake rommkaka 150
70. No-Bake sjölaga kaka 152
71. No-Bake súkkulaðikremkaka 154
72. No-Bake ávaxtakaka 156
73. No-Bake Matzoh Layer Cake 159
74. Óbakað kirsuberjakaka 161
75. No-Bake Mango kókos kaka 163

76. NO-BAKE HNETUSMJÖR SÚKKULAÐIKAKA 165
77. NO-BAKE JARÐARBERJA LÍMONAÐI KAKA 167
BROWNIES, BARAR OG FERNINGAR 169
78. SUPER FUDGY TRIPLE SÚKKULAÐI BROWNIES 170
79. JAMMIE DODGER BLONDIES 172
80. NO-BAKE SÚKKULAÐI BUTTERFLUFF FERNINGA 174
81. NO-BAKE CONFETTI KORNFERNINGA 176
82. HINDBERJASÍTRÓNUSTANGIR ÁN BAKA 178
83. NO-BAKE TRAIL BARS 180
84. NO-BAKE GRANOLA BARS 182
85. NEI-BAKA SÚKKULAÐI-KÓKOS FERNINGA 184
86. ENGIFER-APPELSÍNU FERNINGUR ÁN BAKA 186
87. NO-BAKE VALHNETU BROWNIES 188
88. NO-BAKE CHIPITS KORNSTANGIR 190
89. NO-BAKE HNETU BROWNIES 192
ORKUBÖLUR & BIT 194
90. SÚKKULAÐI FUDGE KÖKUKÚLUR 195
91. NO-BAKE MÖNDLU SNJÓBOLTAR 197
92. NO-BAKE COCOA-BOURBON KÚLUR 199
93. NO-BAKE GINGERSNAP KÚLUR 201
94. NO-BAKE MOKKA LÍKJÖRKÚLUR 203
95. NO-BAKE CHERRY ROM BALLS 205
96. APPELSÍNUKÚLUR ÁN BAKA 207
97. HNETUSMJÖR SÚKKULAÐIBITA ORKUBOLTAR 209
98. KÓKOSMÖNDLUDÖÐLUORKUBOLTAR 211
99. ORKUKÚLUR MEÐ HAFRAMJÖLSRÚSÍNUKÖKU 213
100. SÚKKULAÐI KÓKOS PRÓTEIN KÚLUR 215
NIÐURSTAÐA 217

KYNNING

Verið velkomin í hinn yndislega heim Próteinvöfflur PRÓTEIN VÖFFLUR EKKI BAKKAÐUR, þar sem við förum í ferðalag til að uppgötva 100 ljúffengar veitingar án þess að þurfa hita ofnsins. Í matreiðsluheimi sem oft treystir á töfra baksturs, færir FitWaffle fram safn af ómótstæðilegum ljúflingum sem þurfa engan hita en lofa sprengingu af bragði og áferð. Hvort sem þú ert vanur heimabakari eða nýliði í eldhúsinu, þá mun þessi samansafn af góðgæti án baka örugglega lyfta eftirréttaleiknum þínum upp á nýjar hæðir.

FitWaffle, matreiðslumeistari sem er þekkt fyrir nýstárlegar og aðgengilegar uppskriftir sínar, hefur safnað saman úrvali sem hentar fjölbreyttum smekk og óskum. Allt frá rjómalöguðum ostakökum til stökkar smákökur, hver skemmtun er unnin af nákvæmni og smá sköpunargáfu. Vertu tilbúinn til að kafa inn í heim þar sem skortur á ofni kemur ekki í veg fyrir að sköpunargleði meistaraverkin verði til.

Fegurðin við bakaðar uppskriftir felst í einfaldleika þeirra og skilvirkni. Safn FitWaffle býður þér að kanna hina miklu möguleika á því að búa til íburðarmikla eftirrétti án hefðbundins bökunarferlis. Hvort sem þú ert lítill í tíma, skortir ofnaðgang eða einfaldlega að leita að vandræðalausri leið til að fullnægja sætu tönninni, þá bjóða þessar óbakaðar nammi lausn sem er bæði þægileg og ljúffeng.

Uppskriftirnar á þessum síðum spanna margs konar bragðtegundir, allt frá klassískum súkkulaðidrykkjum til framandi sköpunar með ávöxtum. Nákvæmar leiðbeiningar og ábendingar FitWaffle tryggja að jafnvel nýbyrjaðir bakarar geti búið til þessar eftirlátslegu nammi. Vertu tilbúinn til að vera undrandi yfir því hversu auðvelt þú getur búið til glæsilega eftirrétti sem líta ekki aðeins töfrandi út heldur líka sem bragðast guðdómlega.

KÖKUR OG LOAFKÖKUR

1. Eplataka með kanil

HRÁEFNI:
- 2 bollar graham cracker mola
- 1/2 bolli ósaltað smjör, brætt
- 2 bollar smátt skorin epli
- 1 tsk kanill
- 1 bolli þeyttur rjómi
- Karamellusósa til að drekka á

LEIÐBEININGAR:
a) Blandið Graham cracker mola saman við bræddu smjöri í skál.
b) Þrýstið blöndunni í botninn á fóðruðu brauðformi til að mynda skorpuna.
c) Í annarri skál, blandið niður söxuðum eplum og kanil.
d) Leggið eplablönduna yfir skorpuna.
e) Toppið með þeyttum rjóma og dreypið karamellusósu yfir.
f) Geymið í kæli í nokkrar klukkustundir áður en það er skorið í sneiðar og borið fram.

2.Kanilsnúður Bananabrauð

HRÁEFNI:
- 2 bollar mulið graham kex
- 1/2 bolli brædd kókosolía
- 2 þroskaðir bananar, maukaðir
- 1 tsk kanill
- 1 bolli rjómaostur, mildaður
- 1/4 bolli hunang

LEIÐBEININGAR:
a) Blandið muldum graham kexum saman við brædda kókosolíu og þrýstið í fóðrað brauðform fyrir skorpuna.
b) Blandið saman maukuðum bananum og kanil í skál.
c) Leggið bananablönduna yfir skorpuna.
d) Þeytið rjómaost með hunangi í annarri skál og hrærið honum í bananalagið.
e) Geymið í kæli í nokkrar klukkustundir áður en það er skorið í sneiðar.

3.Skólakerta

HRÁEFNI:
- 2 bollar meltingarkexmola
- 1/2 bolli brætt smjör
- 1 bolli sykruð þétt mjólk
- 1 bolli þurrkuð kókoshneta
- 1 bolli blandaðir þurrkaðir ávextir (rúsínur, sultana, rifsber)

LEIÐBEININGAR:
a) Blandið digestive kexmylsnu saman við bræddu smjöri og þrýstið í klætt brauðform fyrir botninn.
b) Í skál, blandaðu saman þéttri mjólk, þurrkaðri kókoshnetu og blönduðum þurrkuðum ávöxtum.
c) Dreifið blöndunni yfir skorpuna.
d) Geymið í kæli þar til stíft, skerið síðan í sneiðar og berið fram.

4.Sítrónudropabrauðkaka – Starbucks stíll

HRÁEFNI:
- 2 bollar smákökur með sítrónubragði
- 1/2 bolli brætt hvítt súkkulaði
- 1 bolli þeyttur rjómi
- Börkur af 2 sítrónum
- Sítrónusneiðar til skrauts

LEIÐBEININGAR:
a) Blandið muldum sítrónukökum saman við bræddu hvítu súkkulaði og þrýstið í fóðrað brauðform fyrir skorpuna.
b) Dreifið þeyttum rjóma yfir skorpuna.
c) Stráið sítrónuberki ofan á og skreytið með sítrónusneiðum.
d) Geymið í kæli þar til stíft, skerið síðan í sneiðar og njótið.

5. Hvítt súkkulaði bláberjabrauðterta

HRÁEFNI:
- 2 bollar vanillu wafer mola
- 1/2 bolli brætt hvítt súkkulaði
- 1 bolli fersk bláber
- 1 bolli vanillujógúrt

LEIÐBEININGAR:
a) Blandið vanilludropum saman við bræddu hvítu súkkulaði og þrýstið í fóðrað brauðform fyrir skorpuna.
b) Settu fersk bláber yfir skorpuna.
c) Toppið með vanillujógúrt.
d) Geymið í kæli þar til stíft, skerið síðan í sneiðar og berið fram.

6.Súkkulaði Fudge Brauðkaka

HRÁEFNI:
- 2 bollar súkkulaðikökumola
- 1/2 bolli brætt dökkt súkkulaði
- 1 bolli súkkulaði fudge sósa
- 1 bolli þeyttur rjómi

LEIÐBEININGAR:
a) Blandið súkkulaðikökumola saman við bræddu dökku súkkulaði og þrýstið í fóðrað brauðform fyrir skorpuna.
b) Dreifið lagi af súkkulaðifudgesósu yfir skorpuna.
c) Toppið með þeyttum rjóma.
d) Geymið í kæli þar til stíft, skerið síðan í sneiðar og látið gott af sér leiða.

7. Lotus Biscoff brauðterta

HRÁEFNI:
- 2 bollar Lotus Biscoff kexmola
- 1/2 bolli brætt smjör
- 1 bolli rjómaostur
- 1/4 bolli flórsykur
- Lotus Biscoff smurt til að drekka

LEIÐBEININGAR:
a) Blandið Lotus Biscoff kexmola saman við bræddu smjöri og þrýstið í fóðrað brauðform fyrir skorpuna.
b) Blandið rjómaosti saman við flórsykur í skál og dreifið yfir skorpuna.
c) Dreypið Lotus Biscoff smurt ofan á.
d) Geymið í kæli þar til stíft, skerið síðan í sneiðar og njótið.

8.Fullkomin súkkulaðikaka

HRÁEFNI:
- 2 bollar súkkulaðikökumola
- 1/2 bolli súkkulaði ganache
- 1 bolli súkkulaðimús
- Þeyttur rjómi til áleggs

LEIÐBEININGAR:
a) Blandið súkkulaðikökumola saman við súkkulaðiganache og þrýstið í klætt brauðform fyrir botninn.
b) Stingið göt á kökuna og fyllið þær með súkkulaðimús.
c) Toppið með þeyttum rjóma.
d) Geymið í kæli þar til það er stíft, sneið síðan í sneiðar og njótið hinnar fullkomnu súkkulaðiupplifunar.

9.Super rak gulrótarkaka

HRÁEFNI:
- 2 bollar fínt rifnar gulrætur
- 1/2 bolli mulinn ananas, tæmd
- 1 bolli rifinn kókos
- 1 bolli saxaðar valhnetur
- 1 bolli rjómaostafrost

LEIÐBEININGAR:
a) Blandið saman rifnum gulrótum, muldum ananas, rifnum kókoshnetu og söxuðum valhnetum í skál.
b) Blandið rjómaostakreminu saman við þar til það hefur blandast vel saman.
c) Þrýstið blöndunni í klætt brauðform.
d) Geymið í kæli þar til stíft, sneið síðan og njótið raka og bragðmikilla gulrótarkökunnar.

KÖKUDEIG UPPSKRIFT

10.Kökudeigspönnu

HRÁEFNI:
- 1 bolli ætilegt kökudeig
- 1/2 bolli súkkulaðibitar
- 1/4 bolli lítill marshmallows
- Graham kex til að dýfa í

LEIÐBEININGAR:
a) Þrýstið ætu kökudeigi í pönnu.
b) Stráið súkkulaðibitum og litlum marshmallows yfir smákökudeigið.
c) Setjið pönnu í kæli þar til hún er stíf.
d) Berið fram með graham kex til að dýfa í.

11. The Ultimate Oreo Brookie

HRÁEFNI:
- 1 bolli mulinn Oreo mola
- 1/2 bolli súkkulaðibitakökudeig
- 1/2 bolli brownie deig
- Þeyttur rjómi til áleggs

LEIÐBEININGAR:
a) Þrýstið muldum Oreo mola í fóðrað brauðform fyrir botninn.
b) Þrýstið lagi af súkkulaðikökudeigi yfir Oreo botninn.
c) Hellið brownie deigi yfir kökudeigið.
d) Geymið í kæli þar til stíft er, skerið síðan í sneiðar og toppið með þeyttum rjóma.

12.Red Velvet Cookie Deig Bars

HRÁEFNI:
- 2 bollar rautt flauel kexdeig
- 1 bolli hvít súkkulaðibitar
- Rjómaostfrost til að drekka á

LEIÐBEININGAR:
a) Þrýstið rauðu flauels kexdeiginu í fóðraða pönnu.
b) Stráið hvítum súkkulaðibitum yfir kökudeigið.
c) Dreypið rjómaostakremi ofan á.
d) Geymið í kæli þar til stíft, skerið síðan í stangir og berið fram.

13.No-Bake súkkulaðibitakökudeig

HRÁEFNI:
- 2 bollar ætilegt súkkulaðibitakökudeig
- 1 bolli lítill súkkulaðibitar

LEIÐBEININGAR:
a) Blandið litlu súkkulaðiflögum saman við æta súkkulaðikökudeigið.
b) Mótið blönduna í stórar kúlur.
c) Geymið í kæli þar til það er stíft og njótið svo súkkulaðibita sem ekki er bakað.

14. Súkkulaðibitakökudeigsstangir

HRÁEFNI:
- 2 bollar ætilegt súkkulaðibitakökudeig
- 1 bolli súkkulaðibitar (mjólk eða dökk)
- 1/2 bolli ósaltað smjör, brætt
- 1 bolli flórsykur
- 1 tsk vanilluþykkni
- Klípa af salti

LEIÐBEININGAR:
a) Í blöndunarskál, blandaðu ætu súkkulaðikökudeiginu saman við bræddu smjöri, flórsykri, vanilluþykkni og klípu af salti. Blandið þar til það hefur blandast vel saman.
b) Klæddu ferhyrnt eða ferhyrnt pönnu með smjörpappír, skildu eftir yfirhang svo auðvelt sé að fjarlægja það.
c) Þrýstu helmingnum af kexdeigsblöndunni jafnt í botninn á pönnunni til að búa til fyrsta lagið.
d) Bræðið súkkulaðibitana í örbylgjuþolinni skál eða með tvöföldum katli.
e) Hellið lagi af bræddu súkkulaði yfir smákökudeigið á pönnunni og dreifið því jafnt með spaða.
f) Setjið pönnuna inn í kæli til að stilla súkkulaðilagið í um 10-15 mínútur.
g) Þegar súkkulaðilagið er stíft skaltu dreifa afganginum af kexdeigsblöndunni jafnt yfir súkkulaðilagið til að búa til efsta lagið.
h) Dreypið öðru lagi af bræddu súkkulaði ofan á og dreifið því jafnt yfir.
i) Kælið stangirnar í kæli í að minnsta kosti 2-3 klukkustundir, eða þar til þær eru fullar stífnar.
j) Þegar búið er að stilla skaltu nota smjörpappírsframlenginguna til að lyfta stöngunum upp úr pönnunni. Setjið á skurðbretti og skerið í ferninga.
k) Berið fram og njótið þessara dýrindis óbakaða súkkulaðikökudeigsstanga!

OSTAKÖKUR, TERTU OG BÖTUR

15. No-Bake Cookie Crumble Cheesecake

HRÁEFNI:
- 2 bollar smákökumola
- ½ bolli ósaltað smjör, brætt
- 16 oz rjómaostur, mildaður
- 1 bolli flórsykur
- 1 tsk vanilluþykkni
- 1 bolli þungur rjómi
- Kökumola til skrauts (valfrjálst)

LEIÐBEININGAR:
a) Í hrærivélarskál, blandið saman smákökumola og bræddu smjöri. Hrærið þar til molarnir eru jafnhúðaðir.
b) Þrýstu blöndunni í botninn á smurðri eða fóðruðu 9 tommu springformi til að mynda skorpuna.
c) Setjið í kæli til að kæla á meðan fyllingin er útbúin.
d) Í sérstakri blöndunarskál, þeytið rjómaost, flórsykur og vanilluþykkni þar til slétt og rjómakennt.
e) Þeytið þungan rjómann í annarri skál þar til stífir toppar myndast.
f) Blandið þeyttum rjómanum varlega saman við rjómaostablönduna þar til hann hefur blandast að fullu saman.
g) Hellið fyllingunni yfir tilbúna skorpuna og dreifið henni jafnt.
h) Stráið viðbótarkökumola ofan á ef vill.
i) Kælið ostakökuna í kæli í að minnsta kosti 4 klukkustundir eða þar til hún hefur stífnað.
j) Skerið og berið fram þessa yndislegu óbakaða kexmola ostaköku!

16.Bláberjabaka án baka

HRÁEFNI:
- 1 tilbúin graham kex skorpu
- 4 bollar fersk bláber
- ½ bolli kornsykur
- ¼ bolli maíssterkju
- ¼ tsk salt
- 1 matskeið sítrónusafi
- Þeyttur rjómi eða vanilluís (valfrjálst, til að bera fram)

LEIÐBEININGAR:
a) Blandaðu saman 2 bollum af bláberjum, sykri, maíssterkju, salti og sítrónusafa í potti.
b) Eldið við meðalhita, hrærið oft þar til blandan þykknar og bláberin springa og safi þeirra losnar.
c) Takið af hitanum og leyfið blöndunni að kólna í nokkrar mínútur.
d) Hrærið hinum 2 bollum af ferskum bláberjum saman við.
e) Hellið bláberjafyllingunni í tilbúna graham cracker skorpuna og dreifið henni jafnt.
f) Kælið bökuna í kæli í að minnsta kosti 2-3 tíma eða þar til hún hefur stífnað.
g) Berið fram kælt, toppað með þeyttum rjóma eða vanilluís ef vill.

17. Nei-baka ferskjubaka

HRÁEFNI:
- 1 tilbúin graham kex skorpu
- 4 bollar ferskar, skrældar og skornar í sneiðar
- ½ bolli kornsykur
- 2 matskeiðar maíssterkju
- ¼ tsk malaður kanill
- Þeyttur rjómi eða vanilluís (valfrjálst, til að bera fram)

LEIÐBEININGAR:
a) Í potti, sameina sneiðar ferskjur, sykur, maíssterkju og malaðan kanil.
b) Eldið við meðalhita, hrærið oft, þar til blandan þykknar og ferskjurnar mýkjast.
c) Takið af hitanum og látið ferskjufyllinguna kólna í nokkrar mínútur.
d) Hellið ferskjufyllingunni í tilbúna graham cracker skorpuna og dreifið henni jafnt.
e) Kælið bökuna í kæli í að minnsta kosti 2-3 tíma eða þar til hún hefur stífnað.
f) Berið fram kælt, toppað með þeyttum rjóma eða kúlu af vanilluís ef vill.

18. No-Bake graskersbaka

HRÁEFNI:
- 1 tilbúin graham kex skorpu
- 1 bolli niðursoðinn graskersmauk
- ½ bolli kornsykur
- ½ tsk graskersbökukrydd
- ¼ teskeið salt
- 1 bolli þungur rjómi
- Þeyttur rjómi til skrauts (má sleppa)

LEIÐBEININGAR:
a) Blandið saman niðursoðnu graskersmauki, kornsykri, graskersbökukryddi og salti í blöndunarskál. Blandið þar til það hefur blandast vel saman.
b) Þeytið þungan rjómann í sérstakri blöndunarskál þar til stífir toppar myndast.
c) Blandið þeyttum rjómanum varlega saman við graskersblönduna þar til það hefur verið að fullu tekið upp.
d) Hellið graskersfyllingunni í tilbúna graham cracker skorpuna og dreifið henni jafnt.
e) Kælið bökuna í kæli í að minnsta kosti 2-3 tíma eða þar til hún hefur stífnað.
f) Berið fram kælt og skreytið með þeyttum rjóma ef vill.

19. No-Bake Chocolate Ricotta Pie

HRÁEFNI:
- 1 ½ bolli súkkulaðikökumola
- ¼ bolli ósaltað smjör, brætt
- 2 bollar ricotta ostur
- ½ bolli flórsykur
- 1 tsk vanilluþykkni
- 1 bolli þungur rjómi
- Súkkulaðispænir til skrauts (valfrjálst)

LEIÐBEININGAR:
a) Blandið saman súkkulaðikökumola og bræddu smjöri í blöndunarskál. Hrærið þar til molarnir eru jafnhúðaðir.
b) Þrýstu blöndunni í botninn á smurðri eða fóðruðu 9 tommu springformi til að mynda skorpuna. Setjið í kæli til að kæla á meðan fyllingin er útbúin.
c) Í sérstakri blöndunarskál, þeytið ricotta ost, flórsykur og vanilluþykkni þar til slétt er.
d) Þeytið þungan rjómann í annarri skál þar til stífir toppar myndast.
e) Blandið þeyttum rjómanum varlega saman við ricotta-blönduna þar til hann hefur verið að fullu innlimaður.
f) Hellið fyllingunni yfir tilbúna skorpuna og dreifið henni jafnt.
g) Kælið bökuna í kæli í að minnsta kosti 4 klukkustundir eða þar til hún hefur stífnað.
h) Áður en borið er fram, skreytið með súkkulaðispæni ef vill.
i) Skerið niður og njótið þessarar rjómalöguðu og súkkulaðibökuðu ricotta böku sem ekki er bakað!

20. No-Bake Rjómalöguð jógúrtbaka

HRÁEFNI:
- 1 ½ bolli graham cracker mola
- ¼ bolli ósaltað smjör, brætt
- 16 oz venjuleg eða vanillujógúrt
- 8 oz rjómaostur, mildaður
- ½ bolli flórsykur
- 1 tsk vanilluþykkni
- Ferskir ávextir til áleggs (eins og ber, sneiðar ferskjur eða kiwi)

LEIÐBEININGAR:
a) Í blöndunarskál, blandið saman graham cracker mola og bræddu smjöri. Hrærið þar til molarnir eru jafnhúðaðir.
b) Þrýstu blöndunni í botninn á smurðu eða fóðruðu 9 tommu bökuformi til að mynda skorpuna. Setjið í kæli til að kæla á meðan fyllingin er útbúin.
c) Í sérstakri blöndunarskál, þeytið jógúrt, rjómaost, flórsykur og vanilluþykkni þar til slétt og rjómakennt.
d) Hellið fyllingunni í tilbúna skorpu, dreifið henni jafnt.
e) Toppaðu bökuna með ferskum ávöxtum að eigin vali.
f) Kælið bökuna í kæli í að minnsta kosti 4 klukkustundir eða þar til hún hefur stífnað.
g) Skerið niður og berið fram þessa hressandi og rjómalöguðu jógúrtböku!

21. No-Bake ísbaka

HRÁEFNI:
- 2 bollar smákökumola (eins og graham kex eða súkkulaðikökumola)
- ½ bolli ósaltað smjör, brætt
- 1 lítri (4 bollar) ís að eigin vali, mildaður
- Þeyttur rjómi, súkkulaðisósa eða karamellusósa til áleggs

LEIÐBEININGAR:
a) Í hrærivélarskál, blandið saman smákökumola og bræddu smjöri. Hrærið þar til molarnir eru jafnhúðaðir.
b) Þrýstu blöndunni í botninn á smurðu eða fóðruðu 9 tommu bökuformi til að mynda skorpuna. Setjið í kæli til að kæla á meðan fyllingin er útbúin.
c) Dreifið mýktum ísnum yfir tilbúna skorpuna og sléttið út í jafnt lag.
d) Settu bökuna í frysti og láttu hana frysta í að minnsta kosti 4 klukkustundir eða þar til hún hefur stífnað.
e) Áður en borið er fram, skreytið með þeyttum rjóma, súkkulaðisósu eða karamellusósu ef vill.
f) Skerið niður og njótið þessarar flottu og frískandi ísböku án baka!

22.No-Bake Ananas Chiffon ostakaka

HRÁEFNI:
- 1 ½ bolli graham cracker mola
- ¼ bolli ósaltað smjör, brætt
- 8 oz ljós rjómaostur, mildaður
- ½ bolli flórsykur
- 1 dós (20 oz) mulinn ananas, tæmd
- 1 bolli þeyttur álegg (svo sem Cool Whip eða heimagerður þeyttur rjómi)

LEIÐBEININGAR:
a) Í blöndunarskál, blandið saman graham cracker mola og bræddu smjöri. Hrærið þar til molarnir eru jafnhúðaðir.
b) Þrýstu blöndunni í botninn á smurðu eða fóðruðu 9 tommu bökuformi til að mynda skorpuna. Setjið í kæli til að kæla á meðan fyllingin er útbúin.
c) Í sérstakri blöndunarskál, þeytið ljósan rjómaost og flórsykur þar til slétt og rjómakennt.
d) Brjótið niður mulinn ananas og þeytta áleggið saman við þar til það hefur blandast vel saman.
e) Hellið fyllingunni yfir tilbúna skorpuna og dreifið henni jafnt.
f) Kælið ostakökuna í kæli í að minnsta kosti 4 klukkustundir eða þar til hún hefur stífnað.
g) Skerið niður og njóttu þessarar léttu og frískandi ananas chiffon ostaköku án bakaðrar!

23.No-Bake Eggnog Ostakaka

HRÁEFNI:

- 1 ½ bolli engiferkökumola
- ¼ bolli ósaltað smjör, brætt
- 16 oz rjómaostur, mildaður
- 1 bolli flórsykur
- 1 tsk vanilluþykkni
- ½ tsk malaður múskat
- ½ bolli eggjakaka
- Þeyttur rjómi og malaður múskat til skrauts (má sleppa)

LEIÐBEININGAR:

a) Í hrærivélarskál, blandið saman engiferkökumola og bræddu smjöri. Hrærið þar til molarnir eru jafnhúðaðir.
b) Þrýstu blöndunni í botninn á smurðri eða fóðruðu 9 tommu springformi til að mynda skorpuna. Setjið í kæli til að kæla á meðan fyllingin er útbúin.
c) Í sérstakri blöndunarskál, þeytið rjómaost, flórsykur, vanilluþykkni og mulinn múskat þar til slétt og rjómakennt.
d) Bætið eggjasnakknum smám saman út í rjómaostablönduna og þeytið þar til það hefur blandast vel saman.
e) Hellið fyllingunni yfir tilbúna skorpuna og dreifið henni jafnt.
f) Kælið ostakökuna í kæli í að minnsta kosti 4 klukkustundir eða þar til hún hefur stífnað.
g) Áður en borið er fram, skreytið með þeyttum rjóma og stráið af möluðum múskati ef vill.
h) Skerið og njótið þessarar hátíðlegu og bragðmiklu óbakaða eggjaköku ostaköku!

24.No-Bake Philly sumar ostakaka

HRÁEFNI:

- 2 bollar graham cracker mola
- ½ bolli ósaltað smjör, brætt
- 2 (8 aura) pakkar rjómaostur, mildaður
- 1 bolli flórsykur
- 1 tsk vanilluþykkni
- 1 bolli þungur rjómi
- ¼ bolli ferskur sítrónusafi
- Börkur af 1 sítrónu
- Fersk ber eða ávextir að eigin vali sem álegg

LEIÐBEININGAR:

a) Í meðalstórri skál, blandaðu saman Graham cracker molunum og bræddu smjöri. Blandið þar til molarnir eru jafnhúðaðir með smjöri.
b) Þrýstu molablöndunni í botninn á 9 tommu springformi og búðu til jafnt lag. Settu pönnuna í kæli til að kæla á meðan fyllingin er útbúin.
c) Þeytið rjómaostinn í stóra blöndunarskál þar til hann er sléttur og rjómalögaður.
d) Bætið flórsykrinum og vanilluþykkni út í rjómaostinn og haltu áfram að þeyta þar til hann er vel blandaður og loftkenndur.
e) Þeytið rjómann í sérstakri skál þar til stífir toppar myndast.
f) Blandið þeyttum rjómanum varlega saman við rjómaostablönduna.
g) Bætið ferskum sítrónusafanum og sítrónuberkinum út í fyllinguna og blandið saman þar til allt hefur blandast vel saman.
h) Fjarlægðu springformið úr kæliskápnum og helltu fyllingunni yfir graham cracker skorpuna, sléttaðu toppinn með spaða.
i) Hyljið pönnuna með plastfilmu og setjið í kæli í að minnsta kosti 4 klukkustundir eða yfir nótt til að stífna.
j) Áður en borið er fram skaltu fjarlægja hliðarnar af springforminu varlega.
k) Toppaðu ostakökuna með ferskum berjum eða ávöxtum að eigin vali.
l) Skerið í sneiðar og berið fram kælt. Njóttu!

25.No-Bake Apríkósu Chiffon ostakaka

HRÁEFNI:
- 2 bollar graham cracker mola
- ½ bolli ósaltað smjör, brætt
- 1 (8 aura) pakki rjómaostur, mildaður
- ½ bolli flórsykur
- 1 tsk vanilluþykkni
- 1 bolli þungur rjómi, þeyttur
- 1 bolli apríkósukonur
- 1 matskeið gelatín
- ¼ bolli vatn

LEIÐBEININGAR:
a) Fylgdu skrefum 1-6 frá fyrri uppskrift til að undirbúa graham kex skorpu og rjómaostfyllinguna.
b) Í lítilli örbylgjuþolinni skál, stráið matarlíminu yfir vatnið og látið það standa í 5 mínútur til að mýkjast.
c) Hitið gelatínblönduna í örbylgjuofn í um 20 sekúndur eða þar til gelatínið er alveg uppleyst. Látið það kólna aðeins.
d) Þeytið rjómann í sérstakri skál þar til mjúkir toppar myndast.
e) Blandið þeyttum rjómanum varlega saman við rjómaostablönduna.
f) Hellið kældu gelatínblöndunni smám saman út í rjómaostablönduna á meðan hún er stöðugt að brjóta saman.
g) Dreifið apríkósusoðinu yfir graham cracker skorpuna.
h) Hellið rjómaostablöndunni yfir soðið og dreifið jafnt yfir.
i) Hyljið pönnuna með plastfilmu og setjið í kæli í að minnsta kosti 4 klukkustundir eða yfir nótt til að stífna.
j) Þegar búið er að stilla skaltu fjarlægja hliðarnar á springforminu og sneiða ostakökuna til að bera fram. Njóttu dúnkenndu og yndislegu apríkósu chiffon ostakökunnar án baka!

26.Fersk ávaxtaterta án baka

HRÁEFNI:
- 1 ½ bolli graham cracker mola
- ¼ bolli ósaltað smjör, brætt
- 8 oz rjómaostur, mildaður
- ½ bolli flórsykur
- 1 tsk vanilluþykkni
- Fjölbreyttir ferskir ávextir til áleggs
- Ávaxtagljái eða hunang til að drekka (valfrjálst)

LEIÐBEININGAR:
a) Í blöndunarskál, blandið saman graham cracker mola og bræddu smjöri. Hrærið þar til molarnir eru jafnhúðaðir.
b) Þrýstu blöndunni í botninn á smurðri eða fóðruðu 9 tommu tertuformi til að mynda skorpuna. Setjið í kæli til að kæla á meðan fyllingin er útbúin.
c) Í sérstakri blöndunarskál, þeytið rjómaost, flórsykur og vanilluþykkni þar til slétt og rjómakennt.
d) Dreifið rjómaostafyllingunni yfir tilbúna skorpuna og dreifið henni jafnt.
e) Raðið ferskum ávöxtum ofan á fyllinguna.
f) Dreypið ávaxtagljáa eða hunangi yfir til að fá auka sætleika ef vill.
g) Kælið tertuna í kæli í að minnsta kosti 1 klukkustund eða þar til hún hefur stífnað.
h) Skerið og berið fram þessa líflegu og hressandi ferska ávaxtatertu sem ekki er bakað!

27.No-Bake jarðarberjartartlettur

HRÁEFNI:
- 1 ½ bolli graham cracker mola
- ⅓ bolli bráðið smjör
- 8 oz rjómaostur, mildaður
- ½ bolli flórsykur
- 1 tsk vanilluþykkni
- 1 bolli fersk jarðarber, skorin í sneiðar

LEIÐBEININGAR:
a) Blandið saman graham kex molunum og bræddu smjöri í skál þar til það hefur blandast vel saman.
b) Þrýstið mylsnunni í botninn á tarteltuformum eða muffinsbollum til að mynda skorpuna.
c) Þeytið rjómaostinn, flórsykurinn og vanilluþykkni í sérstakri skál þar til það er slétt.
d) Hellið rjómaostablöndunni í tartlettskorpurnar og sléttið toppana.
e) Toppið hverja tartlett með ferskum jarðarberjasneiðum.
f) Geymið í kæli í að minnsta kosti 1 klukkustund áður en það er borið fram.

28.Sítrónuterta án baka

HRÁEFNI:
- 1 ½ bolli graham cracker mola
- ⅓ bolli bráðið smjör
- 8 oz rjómaostur, mildaður
- ½ bolli flórsykur
- ¼ bolli nýkreistur sítrónusafi
- 1 tsk sítrónubörkur
- Þeyttur rjómi til áleggs (valfrjálst)

LEIÐBEININGAR:
a) Blandið saman graham kex molunum og bræddu smjöri í skál þar til það hefur blandast vel saman.
b) Þrýstu molablöndunni í botninn á tertuformi til að mynda skorpuna.
c) Þeytið rjómaostinn, flórsykurinn, sítrónusafann og sítrónubörkinn í sérstakri skál þar til slétt er.
d) Dreifið rjómaostablöndunni yfir skorpuna á tertuforminu.
e) Geymið í kæli í að minnsta kosti 2 klukkustundir til að stífna.
f) Toppið með þeyttum rjóma áður en það er borið fram (má sleppa).

29.No-Bake súkkulaði hnetusmjörsterta

HRÁEFNI:
- 2 bollar súkkulaðikökumola
- ½ bolli brætt smjör
- 1 bolli rjómalagt hnetusmjör
- 8 oz rjómaostur, mildaður
- 1 bolli flórsykur
- 1 tsk vanilluþykkni
- 1 bolli þungur rjómi, þeyttur
- Súkkulaðispænir til skrauts

LEIÐBEININGAR:
a) Blandið saman súkkulaðikökumylsnunni og bræddu smjöri í skál þar til það er vel blandað saman.
b) Þrýstu molablöndunni í botninn á tertuformi til að mynda skorpuna.
c) Þeytið hnetusmjör, rjómaost, flórsykur og vanilluþykkni í sérstakri skál þar til það er slétt.
d) Blandið þeyttum rjómanum saman við.
e) Dreifið hnetusmjörsblöndunni yfir skorpuna í tertuforminu.
f) Geymið í kæli í að minnsta kosti 4 klukkustundir til að stífna.
g) Skreytið með súkkulaðispæni áður en borið er fram.

30.Hindberjamöndlutertlettur sem ekki eru bakaðar

HRÁEFNI:
- 1 ½ bolli möndlumjöl
- ¼ bolli brædd kókosolía
- ¼ bolli hlynsíróp
- 8 oz rjómaostur, mildaður
- ½ bolli flórsykur
- 1 tsk möndluþykkni
- Fersk hindber til áleggs

LEIÐBEININGAR:
a) Blandið saman möndlumjöli, bræddu kókosolíu og hlynsírópi í skál þar til það er vel blandað saman.
b) Þrýstið möndlublöndunni í botninn á tarteltuformum eða litlum muffinsbollum til að mynda skorpuna.
c) Þeytið rjómaostinn, púðursykurinn og möndluþykkni í sérstakri skál þar til slétt er.
d) Hellið rjómaostablöndunni í tartlettskorpurnar og sléttið toppana.
e) Toppið hverja tartlett með ferskum hindberjum.
f) Geymið í kæli í að minnsta kosti 1 klukkustund áður en það er borið fram.

31.No-Bake Oreo myntu terta

HRÁEFNI:
- 2 bollar Oreo kex mola
- ½ bolli brætt smjör
- 8 oz rjómaostur, mildaður
- ½ bolli flórsykur
- 1 tsk piparmyntuþykkni
- Grænn matarlitur (valfrjálst)
- Þeyttur rjómi til áleggs
- Súkkulaðisíróp til að drekka á

LEIÐBEININGAR:
a) Blandið saman Oreo kexmolunum og bræddu smjöri í skál þar til það er vel blandað saman.
b) Þrýstu molablöndunni í botninn á tertuformi til að mynda skorpuna.
c) Þeytið rjómaostinn, flórsykurinn, piparmyntuþykkni og græna matarlitinn (ef hann er notaður) í sérstakri skál þar til slétt er.
d) Dreifið rjómaostablöndunni yfir skorpuna á tertuforminu.
e) Geymið í kæli í að minnsta kosti 2 klukkustundir til að stífna.
f) Toppið með þeyttum rjóma og dreypið súkkulaðisírópi yfir áður en borið er fram.

32. No-Bake Mango Kókos Tartlets

HRÁEFNI:
- 1 ½ bolli kókosflögur
- ¼ bolli brædd kókosolía
- ¼ bolli hunang
- 8 oz rjómaostur, mildaður
- ½ bolli flórsykur
- 1 tsk vanilluþykkni
- Ferskar mangó sneiðar til áleggs

LEIÐBEININGAR:
a) Blandið saman kókosflögum, bræddu kókosolíu og hunangi í skál þar til það er vel blandað saman.
b) Þrýstið kókosblöndunni í botninn á tarteltuformum eða litlum muffinsbollum til að mynda skorpuna.
c) Þeytið rjómaostinn, flórsykurinn og vanilluþykkni í sérstakri skál þar til það er slétt.
d) Hellið rjómaostablöndunni í tartlettskorpurnar og sléttið toppana.
e) Toppið hverja tartlett með ferskum mangósneiðum.
f) Geymið í kæli í að minnsta kosti 1 klukkustund áður en það er borið fram.

33.No-Bake Caramel Pecan Tert

HRÁEFNI:

- 2 bollar graham cracker mola
- ½ bolli brætt smjör
- 1 bolli karamellusósa
- 8 oz rjómaostur, mildaður
- ½ bolli flórsykur
- 1 tsk vanilluþykkni
- Saxaðar pekanhnetur til áleggs

LEIÐBEININGAR:

a) Blandið saman graham kex molunum og bræddu smjöri í skál þar til það hefur blandast vel saman.
b) Þrýstu molablöndunni í botninn á tertuformi til að mynda skorpuna.
c) Dreifið karamellusósunni yfir skorpuna á tertuforminu.
d) Þeytið rjómaostinn, flórsykurinn og vanilluþykkni í sérstakri skál þar til það er slétt.
e) Dreifið rjómaostablöndunni yfir karamellulagið.
f) Toppið með söxuðum pekanhnetum.
g) Geymið í kæli í að minnsta kosti 2 klukkustundir til að stífna.

34.No-Bake Súkkulaði Banana Terta

HRÁEFNI:
- 1 ½ bolli súkkulaðikökumola
- ⅓ bolli bráðið smjör
- 8 oz rjómaostur, mildaður
- ½ bolli flórsykur
- 2 þroskaðir bananar, skornir í sneiðar
- Súkkulaðisósa til áleggs

LEIÐBEININGAR:
a) Blandið saman súkkulaðikökumylsnunni og bræddu smjöri í skál þar til það er vel blandað saman.
b) Þrýstu molablöndunni í botninn á tertuformi til að mynda skorpuna.
c) Þeytið rjómaostinn og flórsykurinn saman í sérstakri skál þar til slétt er.
d) Dreifið rjómaostablöndunni yfir skorpuna á tertuforminu.
e) Raðið bananasneiðunum ofan á rjómaostalagið.
f) Dreypið súkkulaðisósu yfir bananana.
g) Geymið í kæli í að minnsta kosti 2 klukkustundir til að stífna.

35.Kinder fyllt småkökubaka

HRÁEFNI:
- 2 bollar súkkulaðibitakökudeig
- 8 Kinder súkkulaðistykki (eða álíka)
- 1/2 bolli heslihnetur, saxaðar (valfrjálst)

LEIÐBEININGAR:
a) Forhitaðu ofninn þinn í 350°F (175°C).
b) Þrýstið helmingnum af kexdeiginu í botninn á tertuformi.
c) Leggið Kinder súkkulaðistykki jafnt yfir deigið.
d) Settu afganginn af kökudeiginu ofan á, hyldu súkkulaðistykkin.
e) Stráið söxuðum heslihnetum ofan á ef vill.
f) Bakið í 20-25 mínútur eða þar til brúnirnar eru gullnar.
g) Látið kólna áður en það er skorið í sneiðar og borið fram.

KÖKKUR

36.Fjögur innihaldsefni Nutella smákökur

HRÁEFNI:
- 1 bolli Nutella
- 1 bolli alhliða hveiti
- 1 stórt egg
- 1/2 bolli saxaðar heslihnetur (valfrjálst)

LEIÐBEININGAR:
a) Forhitaðu ofninn þinn í 350°F (175°C).
b) Blandið saman Nutella, hveiti og eggi í skál þar til það hefur blandast vel saman.
c) Brjótið niður saxaðar heslihnetur ef þær eru notaðar.
d) Setjið skeiðar af deigi á bökunarplötu.
e) Bakið í 8-10 mínútur eða þar til kantarnir eru stífnir.
f) Leyfið kökunum að kólna á ofnplötu í nokkrar mínútur áður en þær eru settar á vírgrind.

37. Mjúkar og seigandi regnbogakökur

HRÁEFNI:
- 2 bollar sykurkökudeig
- Matarlitur (ýmsir litir)
- Strák

LEIÐBEININGAR:
a) Skiptið sykurkökudeiginu í nokkra hluta.
b) Bættu mismunandi matarlit við hvern skammt til að búa til regnboga af litum.
c) Rúllið hverjum lituðum hluta í litlar kúlur.
d) Raðið kúlunum í regnbogamynstur á disk.
e) Stráið litríku strái yfir.
f) Geymið í kæli þar til það er stíft áður en það er borið fram.

38. Mjúkar og seigar súkkulaðibitakökur

HRÁEFNI:
- 2 bollar alhliða hveiti
- 1 tsk matarsódi
- 1/2 tsk salt
- 1 bolli ósaltað smjör, mildað
- 3/4 bolli púðursykur
- 3/4 bolli kornsykur
- 2 stór egg
- 2 tsk vanilluþykkni
- 2 bollar súkkulaðibitar

LEIÐBEININGAR:
a) Forhitaðu ofninn þinn í 350°F (175°C).
b) Í skál, þeytið saman hveiti, matarsóda og salti.
c) Í annarri skál, hrærið saman smjör, púðursykur og strásykur þar til það er létt og ljóst.
d) Þeytið eggin út í eitt í einu og hrærið síðan vanilludropum saman við.
e) Bætið þurrefnunum smám saman út í blautu hráefnin og blandið þar til það hefur blandast saman.
f) Brjótið súkkulaðibitum saman við.
g) Setjið ávalar matskeiðar af deigi á ósmurðar bökunarplötur.
h) Bakið í 10-12 mínútur eða þar til brúnirnar eru gullnar.
i) Leyfið kökunum að kólna á ofnplötunni í nokkrar mínútur áður en þær eru settar á vírgrind.

39. No-Bake Butterscotch Cookies

HRÁEFNI:
- ½ bolli ósaltað smjör
- 1 bolli kornsykur
- ½ bolli uppgufuð mjólk
- 1 tsk vanilluþykkni
- 1 bolli butterscotch franskar
- 3 bollar hraðsoðnir hafrar

LEIÐBEININGAR:
a) Bræðið smjörið við meðalhita í potti.
b) Hrærið sykri og uppgufðri mjólk út í. Látið suðuna koma upp, hrærið stöðugt í.
c) Takið af hitanum og hrærið vanilluþykkni og butterscotch flögum saman við þar til slétt og bráðnað.
d) Brjótið hraðeldaða hafra saman við þar til það er vel húðað.
e) Setjið skeiðar af blöndunni á vaxpappír eða bökunarplötu.
f) Látið kökurnar kólna og stilla þær við stofuhita.

40.Appelsínukökur án baka

HRÁEFNI:
- 2 bollar muldar vanillukökur
- 1 bolli flórsykur
- 1 bolli smátt saxaðar pekanhnetur
- ½ bolli appelsínusafi
- Börkur af 1 appelsínu
- ½ bolli rifin kókos (má sleppa)

LEIÐBEININGAR:
a) Í blöndunarskál, blandaðu saman muldum vanillu oblátukökum, púðursykri, söxuðum pekanhnetum, appelsínusafa og appelsínuberki. Hrærið vel saman þar til innihaldsefnin eru að fullu sameinuð.
b) Rúllið blöndunni í litlar kúlur og leggið þær á bökunarplötu klædda bökunarpappír.
c) Ef þú vilt skaltu rúlla kúlunum upp úr rifnum kókoshnetu til að fá aukna áferð og bragð.
d) Geymið í kæli í að minnsta kosti 1 klukkustund til að leyfa kökunum að stífna.
e) Berið fram kælt og njóttu þessara yndislegu appelsínukexa án baka.

41. Engar bakaðar hnetusmjörskökur

HRÁEFNI:
- 1 bolli rjómalagt hnetusmjör
- ½ bolli hunang eða hlynsíróp
- 2 bollar rúllaðir hafrar
- ½ bolli rifin kókos (má sleppa)
- ¼ bolli saxaðar jarðhnetur (valfrjálst)

LEIÐBEININGAR:
a) Í blöndunarskál, blandaðu saman hnetusmjöri og hunangi eða hlynsírópi þar til það er slétt.
b) Bætið höfrum saman við blönduna og hrærið þar til það hefur blandast vel saman.
c) Ef þess er óskað, brjótið niður rifnum kókoshnetum og söxuðum hnetum til að fá aukna áferð og bragð.
d) Takið litla skammta af blöndunni og mótið smákökur.
e) Setjið kökurnar á bökunarplötu klædda bökunarpappír.
f) Geymið í kæli í að minnsta kosti 1 klukkustund til að leyfa kökunum að stífna.
g) Njóttu þessara ljúffengu og próteinpakkuðu hnetusmjörskökur án baka.

42.No-Bake súkkulaði haframjöl smákökur

HRÁEFNI:
- ½ bolli ósaltað smjör
- 2 bollar kornsykur
- ½ bolli mjólk
- ¼ bolli ósykrað kakóduft
- 3 bollar hraðsoðnir hafrar
- ½ bolli rjómalagt hnetusmjör
- 1 tsk vanilluþykkni

LEIÐBEININGAR:
a) Blandið saman smjöri, sykri, mjólk og kakódufti í pott. Látið suðuna koma upp við meðalhita, hrærið stöðugt í.
b) Takið af hitanum og hrærið hraðsoðnu höfrum, hnetusmjöri og vanilluþykkni saman við þar til það hefur blandast vel saman.
c) Setjið skeiðar af blöndunni á vaxpappír eða bökunarplötu.
d) Látið kökurnar kólna og stilla þær við stofuhita.

43.No-Bake haframjöl gelatín smákökur

HRÁEFNI:
- 2 bollar fljótir hafrar
- 1 bolli sykur
- ½ bolli ósaltað smjör
- ½ bolli mjólk
- 1 tsk vanilluþykkni
- 1 pakki (3 oz) bragðbætt gelatín (eins og jarðarber eða appelsína)

LEIÐBEININGAR:
a) Blandið saman sykri, ósaltuðu smjöri og mjólk í pott. Látið suðuna koma upp við meðalhita, hrærið stöðugt í.
b) Takið pottinn af hitanum og hrærið vanilluþykkni og bragðbættu gelatíni saman við.
c) Bætið snöggum höfrum í pottinn og hrærið þar til það er vel húðað.
d) Setjið skeiðar af blöndunni á bökunarplötu klædda vaxpappír.
e) Leyfðu kökunum að kólna og stilltu við stofuhita eða geymdu í kæli til að stinnast hraðar.
f) Þegar það hefur verið stíft skaltu flytja í loftþétt ílát og geyma við stofuhita.
g) Njóttu þessara bragðmiklu og óbakaða haframjöls gelatínkökur!

44.No-Bake Penuche Drop smákökur

HRÁEFNI:
- ½ bolli ósaltað smjör
- 2 bollar púðursykur
- ½ bolli mjólk
- 3 bollar fljótir hafrar
- 1 bolli saxaðar hnetur (eins og valhnetur eða pekanhnetur)
- 1 tsk vanilluþykkni

LEIÐBEININGAR:
a) Bræðið smjörið við meðalhita í potti.
b) Hrærið púðursykri og mjólk saman við. Látið suðuna koma upp í blöndunni, hrærið stöðugt í.
c) Takið pottinn af hitanum og hrærið snöggum höfrum, söxuðum hnetum og vanilluþykkni saman við.
d) Setjið skeiðar af blöndunni á bökunarplötu klædda vaxpappír.
e) Leyfðu kökunum að kólna og stilltu við stofuhita eða geymdu í kæli til að stinnast hraðar.
f) Þegar það hefur verið stíft skaltu flytja í loftþétt ílát og geyma við stofuhita.
g) Njóttu þessara seigu og bragðmiklu penuche dropa smákökum án baka!

45. No-Bake Bourbon hafrakökur

HRÁEFNI:
- 1 ½ bolli rúllaðir hafrar
- 1 bolli rjómalagt hnetusmjör
- ½ bolli hunang
- ¼ bolli bourbon
- ½ bolli ósykrað kakóduft
- ½ bolli rifin kókos (má sleppa)

LEIÐBEININGAR:
a) Blandið saman höfrum, hnetusmjöri, hunangi, bourbon og kakódufti í stórri blöndunarskál.
b) Blandið öllu hráefninu saman þar til það hefur blandast vel saman og blandan heldur saman.
c) Mótaðu blönduna í bjálkaform eða rúllaðu henni í litlar kúlur.
d) Ef þess er óskað skaltu rúlla kökunum upp úr rifnum kókoshnetu og þrýsta kókoshnetunni varlega á yfirborðið.
e) Settu kökurnar á bökunarplötu eða plötu með bökunarpappír.
f) Kælið kökurnar í kæli í að minnsta kosti 1 klukkustund eða þar til þær eru orðnar stífar.
g) Þegar þær hafa verið kældar og stífnar, skerið þær í sneiðar í æskilega þykkt og berið fram. Þessar ljúffengu bourbon rúlla sneið 'n' þjóna smákökur án baka eru tilbúnar til að njóta!

46. No-Bake Matcha hvít súkkulaði smákökur

HRÁEFNI:
- 2 bollar rúllaðir hafrar
- 1 bolli hvít súkkulaðibitar
- ½ bolli möndlusmjör
- ¼ bolli hunang
- 1 matskeið matcha duft
- 1 tsk vanilluþykkni

LEIÐBEININGAR:
a) Blandið saman höfrum og matcha dufti í stóra blöndunarskál.
b) Bræðið hvítu súkkulaðiflögurnar í örbylgjuofni í örbylgjuofni og hrærið á 30 sekúndna fresti þar til þær eru sléttar.
c) Bætið möndlusmjöri, hunangi og vanilluþykkni við brædda hvíta súkkulaðið og hrærið þar til það hefur blandast vel saman.
d) Hellið blautu blöndunni yfir hafrana og matcha og blandið þar til öll innihaldsefni eru jafnhúðuð.
e) Setjið skeiðar af blöndunni á klædda ofnplötu og fletjið aðeins út.
f) Geymið í kæli í um það bil 1 klukkustund eða þar til það er stíft.

47.No-Bake Kókos Lime smákökur

HRÁEFNI:
- 2 bollar rifin kókos
- 1 bolli möndlumjöl
- ½ bolli kókosrjómi
- ¼ bolli hlynsíróp
- Börkur af 2 lime
- Safi úr 1 lime

LEIÐBEININGAR:
a) Blandið saman rifnum kókos og möndlumjöli í blöndunarskál.
b) Bætið kókosrjóma, hlynsírópi, lime-safa og limesafa út í skálina og blandið þar til vel blandað saman.
c) Mótaðu blönduna í litlar smákökustærðir og settu þær á klædda ofnplötu.
d) Geymið í kæli í að minnsta kosti 2 klukkustundir eða þar til það er stíft.

48.Ekki baka pistasíu trönuberjakökur

HRÁEFNI:
- 2 bollar gamaldags hafrar
- 1 bolli pistasíuhnetur, saxaðar
- ½ bolli þurrkuð trönuber, söxuð
- ½ bolli möndlusmjör
- ⅓ bolli hunang
- 1 tsk vanilluþykkni
- ¼ tsk salt

LEIÐBEININGAR:
a) Blandið saman höfrum, pistasíuhnetum og þurrkuðum trönuberjum í stóra blöndunarskál.
b) Hitið í litlum potti möndlusmjör, hunang, vanilluþykkni og salt við lágan hita, hrærið þar til það hefur blandast vel saman.
c) Hellið möndlusmjörsblöndunni yfir þurrefnin og blandið þar til allt er jafnhúðað.
d) Notaðu hendurnar eða skeið til að móta blönduna í smákökur og setja á bökunarplötu.
e) Geymið í kæli í um 1 klukkustund eða þar til það er stíft.

49.No-Bake Chai kryddaðar smákökur

HRÁEFNI:
- 2 bollar stökkt hrísgrjónakorn
- 1 bolli möndlusmjör
- ½ bolli hunang
- 1 tsk chai kryddblanda (kanill, kardimommur, engifer, negull, múskat)
- 1 tsk vanilluþykkni
- Klípa af salti

LEIÐBEININGAR:
a) Blandið saman stökku hrísgrjónakorni og chai kryddblöndu í stórri blöndunarskál.
b) Hitið í litlum potti möndlusmjör, hunang, vanilluþykkni og salt við lágan hita, hrærið þar til það hefur blandast vel saman.
c) Hellið möndlusmjörsblöndunni yfir morgunkornið og kryddblönduna og blandið þar til allt er jafnhúðað.
d) Mótaðu blönduna í smákökur eða þrýstu henni í fóðrað eldfast mót og skera í stangir.
e) Geymið í kæli í um það bil 1 klukkustund eða þar til það er stíft.

KLASSAR OG HEYSTAKAR

50. No-Bake Fudge klasar

HRÁEFNI:
- 2 bollar súkkulaðibitar
- ½ bolli sykruð þétt mjólk
- 1 tsk vanilluþykkni
- 1 bolli saxaðar hnetur (eins og valhnetur eða möndlur)
- 1 bolli stökkt hrísgrjónakorn

LEIÐBEININGAR:
a) Blandið saman súkkulaðibitum og sykruðu niðursoðnu mjólkinni í örbylgjuofnþolinni skál.
b) Hitið blönduna í örbylgjuofn með 30 sekúndna millibili, hrærið eftir hvert bil þar til súkkulaðibitarnir eru bráðnir og sléttir.
c) Hrærið vanilluþykkni, söxuðum hnetum og stökku hrísgrjónakorni saman við þar til það hefur blandast vel saman.
d) Setjið skeiðar af blöndunni á bökunarplötu klædda vaxpappír.
e) Látið fudge klasana kólna og stillið við stofuhita.
f) Þegar það hefur verið stíft skaltu flytja í loftþétt ílát og geyma við stofuhita.
g) Njóttu þessara yndislegu og auðvelt að búa til fudge klasa sem ekki er bakað!

51.No-Bake súkkulaði hnetusmjörsklasar

HRÁEFNI:
- 1 bolli rjómalagt hnetusmjör
- ½ bolli hunang eða hlynsíróp
- ¼ bolli brædd kókosolía
- 2 bollar rúllaðir hafrar
- ½ bolli lítill súkkulaðibitar

LEIÐBEININGAR:
a) Blandið saman hnetusmjöri, hunangi (eða hlynsírópi) og bræddu kókosolíu í blöndunarskál þar til það er vel blandað saman.
b) Hrærið höfrum og litlu súkkulaðiflögum saman við.
c) Setjið skeiðar af blöndunni á klædda ofnplötu eða í litla muffinsbolla.
d) Geymið í kæli í að minnsta kosti 1 klukkustund til að stífna.

52.No-Bake möndlugleðiklasar

HRÁEFNI:
- 1 bolli möndlusmjör
- ¼ bolli hunang eða hlynsíróp
- ¼ bolli brædd kókosolía
- 2 bollar rifin kókos
- ½ bolli saxaðar möndlur
- ½ bolli lítill súkkulaðibitar

LEIÐBEININGAR:
a) Í blöndunarskál, blandaðu saman möndlusmjöri, hunangi (eða hlynsírópi) og bræddu kókosolíu þar til það er vel blandað saman.
b) Hrærið rifnum kókos, söxuðum möndlum og litlu súkkulaðiflögum saman við.
c) Setjið skeiðar af blöndunni á klædda ofnplötu eða í litla muffinsbolla.
d) Geymið í kæli í að minnsta kosti 1 klukkustund til að stífna.

53.No-Bake Trail Mix klasar

HRÁEFNI:
- 1 bolli rjómalagt hnetusmjör (td möndlusmjör, hnetusmjör)
- ¼ bolli hunang eða hlynsíróp
- ¼ bolli brædd kókosolía
- 2 bollar rúllaðir hafrar
- ½ bolli saxaðar hnetur (td möndlur, valhnetur)
- ¼ bolli þurrkaðir ávextir (td trönuber, rúsínur)
- ¼ bolli lítill súkkulaðibitar

LEIÐBEININGAR:
a) Blandið saman hnetusmjöri, hunangi (eða hlynsírópi) og bræddu kókosolíu í blöndunarskál þar til það er vel blandað saman.
b) Hrærið höfrum, söxuðum hnetum, þurrkuðum ávöxtum og litlu súkkulaðiflögum saman við.
c) Setjið skeiðar af blöndunni á klædda ofnplötu eða í litla muffinsbolla.
d) Geymið í kæli í að minnsta kosti 1 klukkustund til að stífna.

54. No-Bake hvítsúkkulaði hindberjaklasar

HRÁEFNI:
- 1 bolli rjómalagt hnetusmjör (td möndlusmjör, cashew smjör)
- ¼ bolli hunang eða hlynsíróp
- ¼ bolli brædd kókosolía
- 2 bollar rifin kókos
- ½ bolli frostþurrkuð hindber
- ½ bolli hvít súkkulaðibitar

LEIÐBEININGAR:
a) Blandið saman hnetusmjöri, hunangi (eða hlynsírópi) og bræddu kókosolíu í blöndunarskál þar til það er vel blandað saman.
b) Hrærið rifnum kókos, frostþurrkuðum hindberjum og hvítum súkkulaðibitum saman við.
c) Setjið skeiðar af blöndunni á klædda ofnplötu eða í litla muffinsbolla.
d) Geymið í kæli í að minnsta kosti 1 klukkustund til að stífna.

55.No-Bake Caramel Pretzel klasar

HRÁEFNI:
- 1 bolli rjómalagt hnetusmjör
- ¼ bolli hunang eða hlynsíróp
- ¼ bolli brædd kókosolía
- 2 bollar muldar kringlur
- ½ bolli karamellubitar eða söxuð karamellukonfekt
- ½ bolli lítill súkkulaðibitar

LEIÐBEININGAR:
a) Blandið saman hnetusmjöri, hunangi (eða hlynsírópi) og bræddu kókosolíu í blöndunarskál þar til það er vel blandað saman.
b) Hrærið muldum kringlum, karamellubitum og litlu súkkulaðiflögum saman við.
c) Setjið skeiðar af blöndunni á klædda ofnplötu eða í litla muffinsbolla.
d) Geymið í kæli í að minnsta kosti 1 klukkustund til að stífna.

56.No-Bake Cranberry Pistasíu klasar

HRÁEFNI:
- 1 bolli möndlusmjör
- ¼ bolli hunang eða hlynsíróp
- ¼ bolli brædd kókosolía
- 2 bollar rúllaðir hafrar
- ½ bolli þurrkuð trönuber
- ½ bolli saxaðar pistasíuhnetur

LEIÐBEININGAR:
a) Í blöndunarskál, blandaðu saman möndlusmjöri, hunangi (eða hlynsírópi) og bræddu kókosolíu þar til það er vel blandað saman.
b) Hrærið höfrum, þurrkuðum trönuberjum og söxuðum pistasíuhnetum saman við.
c) Setjið skeiðar af blöndunni á klædda ofnplötu eða í litla muffinsbolla.
d) Geymið í kæli í að minnsta kosti 1 klukkustund til að stífna.

57.No-Bake dökkt súkkulaði kirsuberjaklasar

HRÁEFNI:
- 1 bolli rjómalagt hnetusmjör (td möndlusmjör, cashew smjör)
- ¼ bolli hunang eða hlynsíróp
- ¼ bolli brædd kókosolía
- 2 bollar rúllaðir hafrar
- ½ bolli þurrkuð kirsuber
- ½ bolli dökkt súkkulaðibitar

LEIÐBEININGAR:
a) Blandið saman hnetusmjöri, hunangi (eða hlynsírópi) og bræddu kókosolíu í blöndunarskál þar til það er vel blandað saman.
b) Hrærið höfrum, þurrkuðum kirsuberjum og dökkum súkkulaðibitum saman við.
c) Setjið skeiðar af blöndunni á klædda ofnplötu eða í litla muffinsbolla.
d) Geymið í kæli í að minnsta kosti 1 klukkustund til að stífna.

STÖRÐ, KRUMLA OG SKOÐARAR

58. No-Bake Peach Crisp

HRÁEFNI:
- 4 bollar ferskar, skrældar og skornar í sneiðar
- 1 matskeið sítrónusafi
- ¼ bolli hunang eða hlynsíróp
- ½ tsk vanilluþykkni
- 1 bolli rúllaðir hafrar
- ½ bolli möndlumjöl
- ¼ bolli saxaðar möndlur eða pekanhnetur
- 2 matskeiðar brædd kókosolía
- ½ tsk malaður kanill

LEIÐBEININGAR:
a) Í skál skaltu sameina sneiðar ferskjur, sítrónusafa, hunang eða hlynsíróp og vanilluþykkni. Hrærið þar til ferskjurnar eru húðaðar.
b) Blandið saman höfrum, möndlumjöli, söxuðum möndlum eða pekanhnetum, bræddri kókosolíu og möluðum kanil í sérstakri skál.
c) Dreifið helmingnum af hafrablöndunni jafnt í botninn á smurðu ofnformi.
d) Hellið ferskjublöndunni yfir hafralagið.
e) Stráið afganginum af hafrablöndunni ofan á ferskjurnar.
f) Geymið í kæli í að minnsta kosti 2 klukkustundir til að leyfa stökkinu að stífna.
g) Berið fram kælt eða heitt og njóttu ljúffengs ferskjustökks án baka.

59.No-Bake Apple Crisp

HRÁEFNI:
- 4 bollar sneið epli
- ¼ bolli hunang eða hlynsíróp
- 1 tsk sítrónusafi
- 1 bolli rúllaðir hafrar
- ½ bolli möndlumjöl eða venjulegt hveiti
- ¼ bolli brædd kókosolía eða smjör
- ¼ bolli rúsínur eða þurrkuð trönuber
- ½ tsk kanill

LEIÐBEININGAR:
a) Í blöndunarskál, blandaðu sneiðum eplum, hunangi eða hlynsírópi, sítrónusafa, rúsínum (eða þurrkuðum trönuberjum) og kanil saman þar til það er vel húðað.
b) Í sérstakri skál, blandaðu saman höfrum, möndlumjöli (eða venjulegu hveiti), bræddu kókosolíu (eða smjöri) og kanil þar til það er molnað.
c) Dreifið eplablöndunni jafnt í eldfast mót.
d) Stráið hafrablöndunni yfir eplin og hyljið þau alveg.
e) Geymið í kæli í að minnsta kosti 2 klukkustundir til að leyfa bragðinu að blandast saman.
f) Berið fram kælt.

60. No-Bake Blandaður Berry Cobbler

HRÁEFNI:
- 4 bollar blönduð ber
- ¼ bolli hunang eða hlynsíróp
- 1 tsk sítrónusafi
- 1 bolli möndlumjöl eða venjulegt hveiti
- ½ bolli rúllaðir hafrar
- ¼ bolli brædd kókosolía eða smjör
- ¼ bolli saxaðar möndlur eða valhnetur

LEIÐBEININGAR:
a) Í blöndunarskál, blandaðu saman blönduðu berjum, hunangi eða hlynsírópi og sítrónusafa þar til það er vel húðað.
b) Í sérstakri skál skaltu sameina möndlumjölið (eða venjulegt hveiti), höfrum, bræddu kókosolíu (eða smjöri) og saxaðar möndlur (eða valhnetur) þar til það er molnað.
c) Dreifið berjablöndunni jafnt í eldfast mót.
d) Stráið hafrablöndunni yfir berin og hyljið þau alveg.
e) Geymið í kæli í að minnsta kosti 2 klukkustundir til að leyfa bragðinu að blandast saman.
f) Berið fram kælt.

61. No-Bake Cherry Crisp

HRÁEFNI:
- 4 bollar rifin kirsuber
- ¼ bolli hunang eða hlynsíróp
- 1 tsk sítrónusafi
- 1 bolli möndlumjöl eða venjulegt hveiti
- ½ bolli rúllaðir hafrar
- ¼ bolli brædd kókosolía eða smjör
- ¼ bolli sneiðar möndlur eða saxaðar pekanhnetur

LEIÐBEININGAR:
a) Í blöndunarskál, blandaðu saman kirsuberjum, hunangi eða hlynsírópi og sítrónusafa þar til þau eru vel húðuð.
b) Í sérstakri skál, blandaðu saman möndlumjöli (eða venjulegu hveiti), höfrum, bræddu kókosolíu (eða smjöri) og sneiðum möndlum (eða saxaðar pekanhnetur) þar til þær eru molna.
c) Dreifið kirsuberjablöndunni jafnt í eldfast mót.
d) Stráið hafrablöndunni yfir kirsuberin og hyljið þau alveg.
e) Geymið í kæli í að minnsta kosti 2 klukkustundir til að leyfa bragðinu að blandast saman.
f) Berið fram kælt.

62. No-Bake Mango Coconut Crumble

HRÁEFNI:
- 4 bollar skorið mangó
- ¼ bolli hunang eða hlynsíróp
- 1 tsk lime safi
- 1 bolli rifinn kókos
- ½ bolli möndlumjöl eða venjulegt hveiti
- ¼ bolli brædd kókosolía eða smjör
- ¼ bolli saxaðar macadamia hnetur eða kasjúhnetur

LEIÐBEININGAR:
a) Í blöndunarskál, blandaðu hægelduðum mangó, hunangi eða hlynsírópi og limesafa saman þar til það er vel húðað.
b) Í sérstakri skál, blandaðu saman rifnum kókos, möndlumjöli (eða venjulegu hveiti), bræddu kókosolíu (eða smjöri) og söxuðum macadamia hnetum (eða kasjúhnetum) þar til það er molnað.
c) Dreifið mangóblöndunni jafnt í eldfast mót.
d) Stráið kókosblöndunni yfir mangóið og hyljið það alveg.
e) Geymið í kæli í að minnsta kosti 2 klukkustundir til að leyfa bragðinu að blandast saman.
f) Berið fram kælt.

63.No-Bake bláberja möndlu stökk

HRÁEFNI:
- 4 bollar fersk bláber
- ¼ bolli hunang eða hlynsíróp
- 1 tsk sítrónusafi
- 1 bolli möndlumjöl eða venjulegt hveiti
- ½ bolli rúllaðir hafrar
- ¼ bolli brædd kókosolía eða smjör
- ¼ bolli sneiðar möndlur

LEIÐBEININGAR:
a) Blandið saman bláberjum, hunangi eða hlynsírópi og sítrónusafa í blöndunarskál þar til það er vel húðað.
b) Í sérstakri skál skaltu sameina möndlumjölið (eða venjulegt hveiti), höfrum, bræddu kókosolíu (eða smjöri) og sneiðum möndlum þar til þær eru molnar.
c) Dreifið bláberjablöndunni jafnt í eldfast mót.
d) Stráið möndlublöndunni yfir bláberin og hyljið þau alveg.
e) Geymið í kæli í að minnsta kosti 2 klukkustundir til að leyfa bragðinu að blandast saman.
f) Berið fram kælt.

64. No-Bake Dragon Fruit Crumble

HRÁEFNI:
- 2 drekaávextir, skornir og skornir í teninga
- 1 matskeið lime safi
- ¼ bolli kornsykur
- 1 bolli möndlumjöl
- ¼ bolli rifinn kókos
- ¼ bolli saxaðar macadamia hnetur
- 2 matskeiðar hunang
- 2 matskeiðar kókosolía, brætt

LEIÐBEININGAR:
a) Í skál, blandaðu hægelduðum drekaávöxtum, lime safa og kornsykri saman. Blandið vel saman.
b) Í annarri skál, blandið möndlumjöli, rifnum kókoshnetu, söxuðum macadamíahnetum, hunangi og bræddu kókosolíu saman þar til það er molnað.
c) Taktu einstaka rétti og leggðu drekaávaxtablönduna í lag og síðan möndlumjölsblönduna.
d) Endurtakið lögin þar til allt hráefnið er notað og endið með möndlumjölsblöndunni ofan á.
e) Geymið í kæli í að minnsta kosti 1 klukkustund til að leyfa bragðinu að blandast saman.
f) Berið fram kælt og njóttu einstaka bragðsins af drekaávöxtum!

65. No-Bake Lychee Crisp

HRÁEFNI:
- 2 bollar ferskt litchees, afhýtt og grýtt
- 1 matskeið sítrónusafi
- ¼ bolli kornsykur
- 1 bolli muldar engiferkökur
- ¼ bolli sneiðar möndlur
- 2 matskeiðar hunang
- 2 matskeiðar ósaltað smjör, brætt

LEIÐBEININGAR:
a) Blandið lychees, sítrónusafa og kornsykri saman í skál. Blandið vel saman til að húða lychees.
b) Í annarri skál, blandið muldum engiferkökunum, sneiðum möndlum, hunangi og bræddu smjöri saman þar til það er molnað.
c) Taktu einstaka rétti og settu lychee-blönduna í lag og síðan smákökublönduna.
d) Endurtakið lögin þar til allt hráefnið er notað og endið með kökublöndunni ofan á.
e) Geymið í kæli í að minnsta kosti 1 klukkustund til að leyfa bragðinu að blandast saman.
f) Berið fram kælt og njóttu einstaks bragðs af litchi!

66.No-Bake Papaya Cobbler

HRÁEFNI:
- 2 vel þroskaðar papaya, afhýddar, fræhreinsaðar og skornar í teninga
- 1 matskeið lime safi
- ¼ bolli kornsykur
- 1 tsk malað engifer
- 1 bolli muldar vanilludiskar
- ¼ bolli saxaðar pistasíuhnetur
- 2 matskeiðar hunang
- 2 matskeiðar ósaltað smjör, brætt

LEIÐBEININGAR:
a) Í skál skaltu sameina papaya í teninga, lime safa, kornsykur og malað engifer. Blandið vel saman.
b) Í annarri skál, blandið muldum vanilluskífum, söxuðum pistasíuhnetum, hunangi og bræddu smjöri saman þar til það er molnað.
c) Taktu einstaka rétti og leggðu papayablönduna í lag og síðan oblátublönduna.
d) Endurtaktu lögin þar til öll hráefnin eru notuð og endaðu með oblátublöndunni ofan á.
e) Geymið í kæli í að minnsta kosti 1 klukkustund til að leyfa bragðinu að blandast saman.
f) Berið fram kælt og njótið suðræns bragðs af papaya!

67.No-Bake Kiwi Crumble

HRÁEFNI:
- 4 kíví, afhýdd og skorin í sneiðar
- 1 matskeið sítrónusafi
- ¼ bolli kornsykur
- 1 bolli mulið graham kex
- ¼ bolli saxaðar macadamia hnetur
- 2 matskeiðar hunang
- 2 matskeiðar ósaltað smjör, brætt

LEIÐBEININGAR:
a) Í skál, kastaðu kiwi sneiðunum með sítrónusafa og kornsykri þar til þau eru vel húðuð.
b) Í annarri skál, blandið muldum graham kexum, söxuðum macadamia hnetum, hunangi og bræddu smjöri saman þar til það er molnað.
c) Taktu einstaka rétti og settu kívíblönduna í lag og síðan kexblönduna.
d) Endurtaktu lögin þar til öll hráefnin eru notuð og endaðu með kexblöndunni ofan á.
e) Geymið í kæli í að minnsta kosti 1 klukkustund til að leyfa bragðinu að blandast saman.
f) Berið fram kælt og njóttu ljúffengrar sætu kívía!

68. No-Bake Passion Fruit Cobbler

HRÁEFNI:
- 6 ástríðuávextir, deigið skolað út
- 1 matskeið lime safi
- ¼ bolli kornsykur
- 1 tsk vanilluþykkni
- 1 bolli muldar smákökur
- ¼ bolli rifinn kókos
- 2 matskeiðar hunang
- 2 matskeiðar ósaltað smjör, brætt

LEIÐBEININGAR:
a) Í skál, blandaðu ástríðukvoða, lime safa, kornsykri og vanilluþykkni. Blandið vel saman.
b) Í annarri skál, blandið muldum smákökum, rifnum kókoshnetu, hunangi og bræddu smjöri saman þar til það er molað.
c) Taktu einstaka framreiðslurétti og settu ástríðublönduna í lag og síðan kökublönduna.
d) Endurtakið lögin þar til allt hráefnið er notað og endið með kökublöndunni ofan á.
e) Geymið í kæli í að minnsta kosti 1 klukkustund til að leyfa bragðinu að blandast saman.
f) Berið fram kældan og njóttu einstaka suðræna bragðsins af ástríðuávöxtum!

KÖKUR

69.No-Bake rommkaka

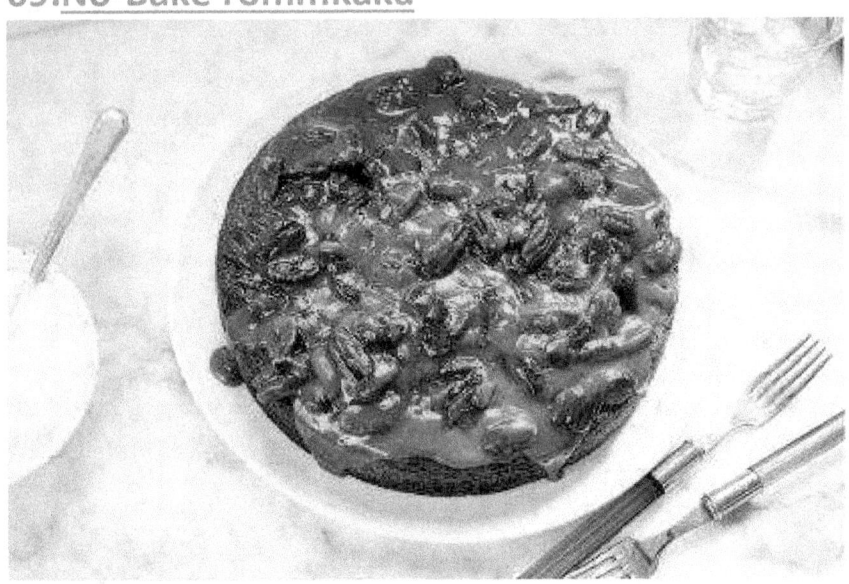

HRÁEFNI:

- 2 bollar muldar vanilludiskar
- 1 bolli saxaðar pekanhnetur
- 1 bolli flórsykur
- ½ bolli ósaltað smjör, brætt
- ¼ bolli dökkt romm
- Þeyttur rjómi til skrauts (má sleppa)

LEIÐBEININGAR:

a) Í blöndunarskál, blandið saman muldum vanilluskífum, söxuðum pekanhnetum, flórsykri, bræddu smjöri og dökku rommi.
b) Blandið þar til innihaldsefnin eru að fullu felld inn.
c) Þrýstu blöndunni í smurt 9 tommu springform eða ferhyrnt fat.
d) Geymið í kæli í að minnsta kosti 2 klukkustundir til að leyfa kökunni að stífna.
e) Áður en borið er fram, skreytið með þeyttum rjóma ef vill.

70.No-Bake sjölaga kaka

HRÁEFNI:
- 1 pakki graham kex
- 1 bolli ósaltað smjör, brætt
- 1 bolli rifinn kókos
- 1 bolli saxaðar hnetur (td valhnetur, pekanhnetur)
- 1 bolli súkkulaðibitar
- 1 bolli butterscotch franskar
- 1 bolli sykruð þétt mjólk

LEIÐBEININGAR:
a) Klæðið botninn á rétthyrndu fati með graham kexum.
b) Blandið í skál bræddu smjöri, rifnum kókoshnetu, söxuðum hnetum, súkkulaðibitum, smjörkökum og sætri þéttri mjólk þar til það hefur blandast vel saman.
c) Dreifið lagi af blöndunni yfir graham kexin.
d) Endurtaktu lögin af graham kexum og blöndunni þar til öll hráefnin eru notuð, endaðu með lagi af blöndunni ofan á.
e) Geymið í kæli í að minnsta kosti 4 klukkustundir eða yfir nótt til að leyfa kökunni að harðna.
f) Skerið niður og njótið ljúffengrar sjö laga köku sem ekki er bakað.

71. No-Bake súkkulaðikremkaka

HRÁEFNI:

- 2 pakkar súkkulaði samlokukökur
- ½ bolli ósaltað smjör, brætt
- 2 bollar þungur rjómi
- ¼ bolli flórsykur
- 1 tsk vanilluþykkni
- Súkkulaðispænir eða kakóduft til skrauts (valfrjálst)

LEIÐBEININGAR:

a) Myljið súkkulaðisamlokukökurnar í fína mola með matvinnsluvél eða með því að setja þær í lokaðan plastpoka og mylja með kökukefli.
b) Í blöndunarskál, blandaðu smákökumolunum og bræddu smjöri saman þar til blandan líkist blautum sandi.
c) Þrýstið kökublöndunni í botninn á smurðu springformi til að mynda skorpuna. Sett í kæli til að kæla.
d) Þeytið þungan rjóma, flórsykur og vanilluþykkni í sérstakri blöndunarskál þar til stífir toppar myndast.
e) Dreifið lagi af þeyttum rjómanum yfir kælda kökuskorpuna.
f) Endurtakið með öðru lagi af smákökumola og þeyttum rjóma þar til allt hráefnið er notað, endið með lag af þeyttum rjóma ofan á.
g) Kælið kökuna í kæli í að minnsta kosti 4 klukkustundir eða þar til hún hefur stífnað.
h) Áður en borið er fram, skreytið með súkkulaðispæni eða stráið með kakódufti ef vill.
i) Skerið niður og njótið þessarar decadent óbakaða súkkulaðirjómatertu!

72. No-Bake ávaxtakaka

HRÁEFNI:
- 2 bollar blandaðir þurrkaðir ávextir (eins og rúsínur, trönuber, hakkaðar döðlur og apríkósur)
- ½ bolli ósaltað smjör
- ½ bolli púðursykur
- ½ bolli eplasafi eða appelsínusafi
- 2 bollar muldar graham kex eða vanilludiskar
- ½ bolli saxaðar hnetur (eins og valhnetur eða möndlur)
- ½ bolli rifin kókos
- 1 tsk malaður kanill
- ½ tsk malaður múskat
- ¼ tsk malaður negull
- ¼ teskeið salt
- ½ bolli flórsykur (til að strjúka)

LEIÐBEININGAR:
a) Blandið saman þurrkuðum ávöxtum, smjöri, púðursykri og eplasafa eða appelsínusafa í pott.
b) Látið suðuna koma upp við meðalhita, hrærið stöðugt í.
c) Lækkið hitann í lágan og látið malla í 5 mínútur, hrærið af og til.
d) Takið pottinn af hitanum og látið blönduna kólna í nokkrar mínútur.
e) Í stórri blöndunarskál skaltu sameina mulið graham-kex eða vanilludiskur, saxaðar hnetur, rifinn kókos, malaðan kanil, mulinn múskat, mulinn negul og salt.
f) Hellið kældu ávaxtablöndunni yfir þurrefnablönduna. Hrærið þar til það hefur blandast vel saman.
g) Klæðið brauðform eða kökuform með plastfilmu eða bökunarpappír, látið eitthvað umfram hanga yfir hliðunum.
h) Flyttu ávaxtakökublönduna yfir á tilbúna pönnuna, þrýstu henni vel niður.
i) Brjótið umfram plastfilmu eða smjörpappír yfir kökuna.
j) Kælið ávaxtakökuna í að minnsta kosti 4 klukkustundir eða yfir nótt.
k) Áður en hún er borin fram, takið kökuna af pönnunni og stráið flórsykri yfir.
l) Skerið niður og njótið þessarar röku og bragðmiklu ávaxtatertu án baka!

73. No-Bake Matzoh Layer Cake

HRÁEFNI:

- 4-6 bitar af súkkulaði matzoh
- 2 bollar þeyttur rjómi eða þeyttur álegg
- 1 bolli ávaxtasósur (eins og hindber eða jarðarber)
- Fersk ber til skrauts (valfrjálst)

LEIÐBEININGAR:

a) Settu lag af matzoh bitum í einu lagi á disk eða disk.
b) Dreifðu lagi af þeyttum rjóma eða þeyttu áleggi yfir matzoh.
c) Dreifið lagi af ávaxtasósu yfir þeytta rjómann.
d) Endurtaktu lögin þar til þú klárar hráefnin, endar með lag af þeyttum rjóma ofan á.
e) Kælið matzoh lagkökuna í að minnsta kosti 4 klukkustundir eða yfir nótt til að leyfa matzoh að mýkjast.
f) Áður en borið er fram, skreytið með ferskum berjum ef vill.
g) Skerið og njótið þessarar ljúffengu og einstöku matzoh lagtertu án baka!

74.Óbakað kirsuberjakaka

HRÁEFNI:
- 2 bollar graham cracker mola
- ½ bolli ósaltað smjör, brætt
- 2 (8 aura) pakkar rjómaostur, mildaður
- 1 bolli flórsykur
- 1 tsk vanilluþykkni
- 1 bolli þungur rjómi, þeyttur
- 1 (21 aura) dós kirsuberjabökufylling

LEIÐBEININGAR:
a) Í meðalstórri skál, blandaðu saman Graham cracker molunum og bræddu smjöri. Blandið þar til molarnir eru jafnhúðaðir með smjöri.
b) Þrýstu molablöndunni í botninn á 9 tommu springformi og búðu til jafnt lag. Settu pönnuna í kæli til að kæla á meðan fyllingin er útbúin.
c) Í stórri blöndunarskál, þeytið rjómaostinn þar til hann er sléttur og rjómalögaður.
d) Bætið flórsykrinum og vanilluþykkni út í rjómaostinn og haltu áfram að þeyta þar til það hefur blandast vel saman.
e) Blandið þeyttum rjómanum varlega saman við.
f) Hellið rjómaostablöndunni yfir kældu skorpuna í springforminu og dreifið henni jafnt yfir.
g) Hellið kirsuberjafyllingunni yfir rjómaostablönduna og dreifið henni út til að mynda lag.
h) Hyljið pönnuna með plastfilmu og setjið í kæli í að minnsta kosti 4 klukkustundir eða yfir nótt til að stífna.
i) Þegar búið er að stilla skaltu fjarlægja hliðarnar á springforminu og sneiða kökuna til að bera fram. Njóttu ljúffengrar óbakaðrar kirsuberjaköku!

75.No-Bake Mango kókos kaka

HRÁEFNI:
- 2 bollar graham cracker mola
- 1 bolli ósykrað rifin kókos
- 1 bolli mangómauk
- 1 bolli þeyttur rjómi
- ½ bolli þétt mjólk
- ¼ bolli brætt smjör
- Ferskar mangó sneiðar til skrauts

LEIÐBEININGAR:
a) Í blöndunarskál, blandið saman Graham cracker mola, rifnum kókos og bræddu smjöri. Blandið þar til molarnir eru húðaðir.
b) Þrýstið helmingnum af mylsnunni í botninn á hringlaga kökuformi eða springformi til að búa til skorpu.
c) Blandið saman mangómauki og þéttri mjólk í sérstakri skál þar til það hefur blandast vel saman.
d) Blandið þeyttum rjómanum út í mangóblönduna þar til það er slétt.
e) Hellið mangóblöndunni yfir skorpuna í kökuforminu.
f) Stráið afganginum af molablöndunni ofan á sem skraut.
g) Geymið í kæli í a.m.k. 4 klukkustundir eða þar til stíft.
h) Áður en borið er fram, skreytið með ferskum mangósneiðum.

76.No-Bake hnetusmjör súkkulaðikaka

HRÁEFNI:
- 2 bollar súkkulaðismákökur, muldar
- 1 bolli rjómalagt hnetusmjör
- 1 bolli flórsykur
- 1 bolli þeyttur rjómi
- ½ bolli bráðið súkkulaði til að hella yfir
- Muldar jarðhnetur til skrauts

LEIÐBEININGAR:
a) Í blöndunarskál, blandið saman muldum súkkulaðiskúffukökum, hnetusmjöri, flórsykri og þeyttum rjóma. Blandið þar til það hefur blandast vel saman.
b) Þrýstið helmingnum af blöndunni í botninn á hringlaga kökuformi eða springformi til að búa til skorpu.
c) Dreifið lagi af bræddu súkkulaði yfir skorpuna.
d) Hellið afganginum af hnetusmjörsblöndunni yfir súkkulaðilagið.
e) Dreypið bræddu súkkulaði ofan á sem skraut.
f) Stráið muldum hnetum yfir kökuna.
g) Geymið í kæli í a.m.k. 4 klukkustundir eða þar til stíft.

77.No-Bake jarðarberja límonaði kaka

HRÁEFNI:
- 2 bollar graham cracker mola
- 1 bolli brætt smjör
- 1 bolli jarðarberjamauk
- 1 bolli þeyttur rjómi
- ½ bolli flórsykur
- Börkur af 2 sítrónum
- Fersk jarðarber til skrauts

LEIÐBEININGAR:
a) Í blöndunarskál, blandið saman graham cracker mola og bræddu smjöri. Blandið þar til molarnir eru húðaðir.
b) Þrýstið helmingnum af mylsnunni í botninn á hringlaga kökuformi eða springformi til að búa til skorpu.
c) Blandið saman í sérstakri skál jarðarberjamauki, þeyttum rjóma, flórsykri og sítrónuberk þar til það hefur blandast vel saman.
d) Hellið jarðarberjablöndunni yfir skorpuna í kökuforminu.
e) Dreifið blöndunni jafnt yfir og sléttið toppinn.
f) Geymið í kæli í a.m.k. 4 klukkustundir eða þar til stíft.
g) Áður en borið er fram, skreytið með ferskum jarðarberjum.

BROWNIES, BARAR OG FERNINGAR

78. Super Fudgy Triple súkkulaði brownies

HRÁEFNI:
- 2 bollar súkkulaðiskúffu mola
- 1 bolli ósaltað smjör, brætt
- 1 bolli súkkulaðibitar
- 1/2 bolli hvít súkkulaðibitar
- 1/2 bolli dökkt súkkulaðibitar
- 1 bolli sykruð þétt mjólk

LEIÐBEININGAR:
a) Í skál, blandaðu súkkulaðiskúffu mola saman við bræddu smjöri.
b) Þrýstið blöndunni á fóðraða pönnu til að mynda botninn.
c) Í annarri skál, blandið saman súkkulaðibitum, hvítum súkkulaðibitum, dökkum súkkulaðibitum og sykruðu niðursoðnu mjólk.
d) Dreifið súkkulaðiblöndunni jafnt yfir skorpuna.
e) Kælið þar til stíft, skerið síðan í ferninga og berið fram.

79. Jammie Dodger Blondies

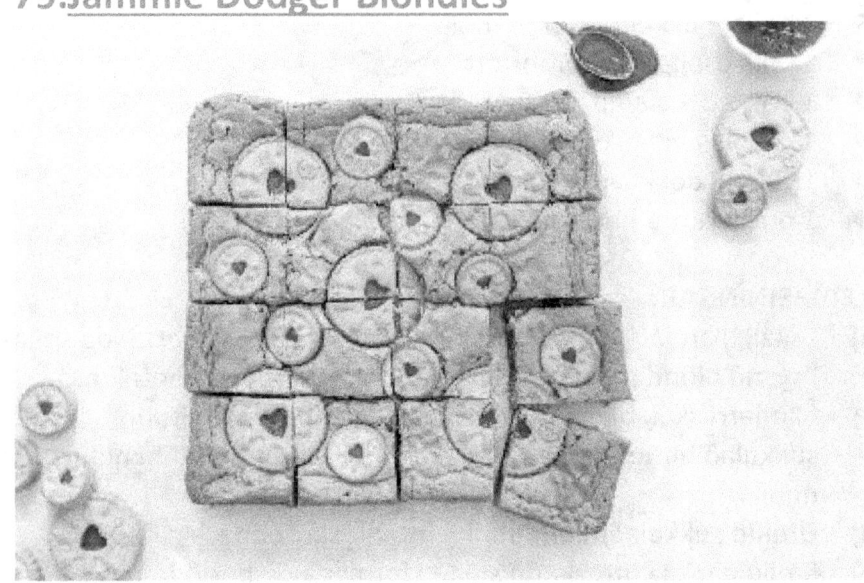

HRÁEFNI:
- 2 bollar graham cracker mola
- 1 bolli ósaltað smjör, brætt
- 1 bolli ljós púðursykur
- 2 bollar flórsykur
- 1 bolli rjómalagt hnetusmjör
- 1 tsk vanilluþykkni
- 1 bolli hindberjasulta
- Jammie Dodger kex til áleggs

LEIÐBEININGAR:
a) Blandið graham cracker mola saman við bræddu smjöri og þrýstið á fóðraða pönnu til að búa til botninn.
b) Þeytið púðursykur, flórsykur, hnetusmjör og vanilluþykkni saman í skál þar til það er slétt.
c) Dreifið hnetusmjörsblöndunni yfir skorpuna.
d) Hitið hindberjasultuna örlítið og hrærið henni yfir hnetusmjörslagið.
e) Toppið með Jammie Dodger kex.
f) Geymið í kæli þar til stíft, skerið síðan í stangir og berið fram.

80.No-Bake súkkulaði Butterfluff ferninga

HRÁEFNI:
- 1 bolli hálfsætar súkkulaðibitar
- ½ bolli rjómalagt hnetusmjör
- 3 bollar lítill marshmallows
- 3 bollar stökkt hrísgrjónakorn
- ½ bolli saxaðar jarðhnetur (valfrjálst)

LEIÐBEININGAR:
a) Bræðið súkkulaðibitana og hnetusmjörið saman í örbylgjuofnþolinni skál og hrærið þar til það er slétt.
b) Í stórri blöndunarskál, blandaðu saman litlum marshmallows, stökkum hrísgrjónakorni og saxuðum hnetum (ef þú notar).
c) Hellið bræddu súkkulaðiblöndunni yfir kornblönduna og hrærið þar til hún er vel húðuð.
d) Þrýstu blöndunni í smurt 9x9 tommu eldfast mót.
e) Geymið í kæli í að minnsta kosti 2 klukkustundir til að leyfa smjörlíkinu að stífna.
f) Skerið í ferninga og berið fram.

81.No-Bake Confetti kornferninga

HRÁEFNI:
- 4 bollar konfettí korn (td ávaxtasteinar eða álíka)
- ¼ bolli ósaltað smjör
- 1 pakki (10 oz) lítill marshmallows
- Strák til skrauts (valfrjálst)

LEIÐBEININGAR:
a) Smyrjið 9x9 tommu eldfast mót og setjið til hliðar.
b) Bræðið smjörið við vægan hita í stórum potti.
c) Bætið mini marshmallows út í brædda smjörið og hrærið þar til það er alveg bráðnað og slétt.
d) Takið pottinn af hitanum og bætið konfetti korninu út í. Hrærið þar til það er vel húðað.
e) Færið blönduna yfir í tilbúið bökunarform og þrýstið henni jafnt niður.
f) Stráið aukadælu ofan á ef vill.
g) Leyfðu kornferningunum að kólna og stilltu við stofuhita.
h) Skerið í ferninga og njóttu þessara litríku og skemmtilegu konfetti kornferninga sem ekki er bakað!

82.Hindberjasítrónustangir án baka

HRÁEFNI:
- 2 bollar graham cracker mola
- ½ bolli brætt smjör
- 16 oz rjómaostur, mildaður
- 1 bolli flórsykur
- Börkur af 2 sítrónum
- 1 bolli hindberjakonur
- Fersk hindber til skrauts

LEIÐBEININGAR:
a) Í blöndunarskál, blandið saman graham cracker mola og bræddu smjöri. Blandið þar til molarnir eru húðaðir.
b) Þrýstið mylsnunni í botninn á rétthyrndu ofnformi til að búa til skorpu.
c) Í sérstakri skál, þeytið rjómaost, flórsykur og sítrónubörkur þar til slétt og rjómakennt.
d) Dreifið rjómaostablöndunni yfir skorpuna í bökunarforminu.
e) Setjið skeiðar af hindberjasoði yfir rjómaostalagið og hrærið varlega með hníf.
f) Geymið í kæli í a.m.k. 4 klukkustundir eða þar til stíft.
g) Áður en borið er fram, skreytið með ferskum hindberjum.

83. No-Bake Trail Bars

HRÁEFNI:
- 2 bollar fljótir hafrar
- 1 bolli stökkt hrísgrjónakorn
- ½ bolli hnetusmjör
- ½ bolli hunang
- ½ bolli saxaðar hnetur (eins og möndlur eða kasjúhnetur)
- ½ bolli þurrkaðir ávextir (eins og trönuber eða rúsínur)
- ¼ bolli lítill súkkulaðiflögur (valfrjálst)

LEIÐBEININGAR:
a) Í blöndunarskál skaltu sameina hraðhafra, stökkt hrísgrjónakorn, hnetusmjör, hunang, saxaðar hnetur, þurrkaða ávexti og litla súkkulaðiflögur (ef það er notað). Hrærið þar til það hefur blandast vel saman.
b) Þrýstu blöndunni í smurt 9x9 tommu eldfast mót, notaðu bakhliðina á skeið til að slétta hana út.
c) Geymið slóðastangirnar í kæli í að minnsta kosti 2 klukkustundir eða þar til þær eru stífar.
d) Skerið í stangir og njóttu þessara næringarríku og óbakaða slóða!

84. No-Bake Granola bars

HRÁEFNI:
- 2 bollar rúllaðir hafrar
- 1 bolli stökkt hrísgrjónakorn
- ½ bolli hunang
- ½ bolli hnetusmjör (eða möndlusmjör fyrir hnetulausan valkost)
- 1 tsk vanilluþykkni
- ½ bolli lítill súkkulaðibitar
- ¼ bolli þurrkaðir ávextir (eins og rúsínur, trönuber eða saxaðar apríkósur)

LEIÐBEININGAR:
a) Blandið saman höfrum og stökkum hrísgrjónum í stóra blöndunarskál.
b) Hitið hunang og hnetusmjör (eða möndlusmjör) í örbylgjuofnþolinni skál þar til það er bráðið og slétt. Þú getur líka hitað þær á helluborðinu við lágan hita.
c) Takið skálina af hellunni og hrærið vanilludropa út í.
d) Hellið hunangs- og hnetusmjörsblöndunni yfir þurrefnin. Hrærið þar til það hefur blandast vel saman.
e) Bætið litlu súkkulaðiflögum og þurrkuðum ávöxtum út í blönduna. Hrærið þar til það er jafnt dreift.
f) Flyttu blönduna yfir í smurt eða fóðrað 9x9 tommu eldfast mót. Þrýstu því þétt niður til að búa til jafnt lag.
g) Geymið granólastangirnar í kæli í að minnsta kosti 2 klukkustundir eða þar til þær eru stífnar.
h) Þegar það hefur verið stíft, skerið í stangir og geymið í loftþéttu íláti.
i) Njóttu þessara hollu og óbakaða granólastanga sem næringarríks snarl!

85. Nei-baka súkkulaði-kókos ferninga

HRÁEFNI:
- 1 ½ bolli súkkulaðikökumola
- ¼ bolli ósaltað smjör, brætt
- 1 ½ bolli rifinn kókos
- ½ bolli saxaðar hnetur (eins og möndlur eða valhnetur)
- 1 dós (14 oz) sætt þétt mjólk
- 1 bolli hálfsætar súkkulaðiflögur
- ¼ bolli ósaltað smjör
- 1 tsk vanilluþykkni

LEIÐBEININGAR:
a) Blandið saman súkkulaðikökumola og bræddu smjöri í blöndunarskál. Hrærið þar til molarnir eru jafnhúðaðir.
b) Þrýstu blöndunni í botninn á smurðu eða fóðruðu 9x9 tommu bökunarformi til að mynda skorpuna. Setjið í kæli til að kæla á meðan fyllingin er útbúin.
c) Blandið saman rifnum kókoshnetu og söxuðum hnetum í sérstakri blöndunarskál.
d) Hellið sætri þéttri mjólk yfir kókos-hnetublönduna og hrærið þar til það hefur blandast vel saman.
e) Dreifið kókos-hnetublöndunni yfir tilbúna skorpuna og þrýstið henni jafnt niður.
f) Bræðið súkkulaðibitana og ósaltað smjörið í litlum potti við lágan hita og hrærið þar til það er slétt.
g) Takið pottinn af hitanum og hrærið vanilluþykkni út í.
h) Hellið súkkulaðiblöndunni yfir kókos-hnetulagið og dreifið því jafnt yfir.
i) Kælið ferningana í kæli í að minnsta kosti 2 klukkustundir eða þar til þeir eru stífnir.
j) Skerið í ferninga og njóttu þessara innihaldsríku og eftirlátslausu matarlausu súkkulaði-kókosferninga!

86.Engifer-appelsínu ferningur án baka

HRÁEFNI:

- 2 bollar gingersnap kex mola
- ½ bolli ósaltað smjör, brætt
- 1 pakki (8 oz) rjómaostur, mildaður
- ½ bolli flórsykur
- 1 matskeið appelsínubörkur
- 1 bolli þungur rjómi
- Niðursoðinn engifer til skrauts (valfrjálst)

LEIÐBEININGAR:

a) Í hrærivélarskál, blandið saman engiferkökumola og bræddu smjöri. Hrærið þar til molarnir eru jafnhúðaðir.
b) Þrýstu blöndunni í botninn á smurðu eða fóðruðu 9x9 tommu bökunarformi til að mynda skorpuna. Setjið í kæli til að kæla á meðan fyllingin er útbúin.
c) Þeytið rjómaost, flórsykur og appelsínubörkur í sérstakri blöndunarskál þar til það er slétt og rjómakennt.
d) Þeytið þungan rjómann í annarri skál þar til stífir toppar myndast.
e) Blandið þeyttum rjómanum varlega saman við rjómaostablönduna þar til hann hefur blandast að fullu saman.
f) Hellið fyllingunni yfir tilbúna skorpuna og dreifið henni jafnt.
g) Kælið ferningana í kæli í a.m.k. 4 klukkustundir eða þar til þær eru stífnar.
h) Áður en borið er fram, skreytið með sykrað engifer ef vill.
i) Skerið í ferninga og njóttu þessara yndislegu engifer-appelsínugula ferninga án baka!

87. No-Bake valhnetu Brownies

HRÁEFNI:
- 1 ½ bolli döðlur, holhreinsaðar
- 1 bolli valhnetur
- ¼ bolli kakóduft
- 1 tsk vanilluþykkni
- Klípa af salti

LEIÐBEININGAR:
a) Setjið döðlur, valhnetur, kakóduft, vanilluþykkni og salt í matvinnsluvél.
b) Vinnið þar til blandan kemur saman og myndar klístrað deig.
c) Þrýstið deiginu á ferhyrnt eða ferhyrnt form klætt með smjörpappír.
d) Geymið í kæli í að minnsta kosti 1 klukkustund til að stífna.
e) Skerið í brownie ferninga og berið fram.

88. No-Bake Chipits kornstangir

HRÁEFNI:
- 3 bollar korn að eigin vali (td Rice Krispies, Corn Flakes eða önnur stökk korn)
- 1 bolli flísar
- ½ bolli slétt hnetusmjör
- ¼ bolli hunang eða hlynsíróp
- 1 tsk vanilluþykkni

VALFRÆTT ÁFLAÐ
- Rifin kókos
- Saxaðar Hnetur
- Súkkulaðiflögur

LEIÐBEININGAR:
a) Blandið morgunkorninu saman í stóra blöndunarskál og setjið til hliðar.
b) Bræðið chipits súkkulaðiflögurnar, hnetusmjörið og hunangið (eða hlynsírópið) saman í örbylgjuofnheldri skál með 30 sekúndna millibili, hrærið á milli þar til það er alveg bráðnað og slétt.
c) Hrærið vanilluþykkni út í bræddu blönduna.
d) Hellið bræddu blöndunni yfir kornið og blandið þar til kornið er jafnhúðað.
e) Þrýstu blöndunni vel í 9x9 tommu bökunarform sem er klætt með smjörpappír.
f) Ef þess er óskað, stráið rifnum kókoshnetu, söxuðum hnetum eða viðbótarsúkkulaðibitum yfir og þrýstið þeim varlega ofan í blönduna.
g) Kælið kornstangirnar í að minnsta kosti 1 klukkustund eða þar til þær eru stífar.
h) Þegar búið er að kæla og stífna skaltu fjarlægja stangirnar úr bökunarforminu og skera þær í ferninga eða stangir.
i) Geymið ekki bakaða Chipits kornbita í loftþéttu íláti í kæli í allt að 1 viku.

89. No-Bake Hnetu Brownies

HRÁEFNI:

- 2 bollar jarðhnetur, ósaltaðar
- 1 bolli döðlur sem eru steinhreinsaðar
- ¼ bolli ósykrað kakóduft
- ¼ bolli hunang eða hlynsíróp
- 1 tsk vanilluþykkni
- Klípa af salti

LEIÐBEININGAR:

a) Setjið hneturnar í matvinnsluvél og vinnið þar til þær eru fínmalaðar.
b) Bætið döðlum, kakódufti, hunangi eða hlynsírópi, vanilluþykkni og salti í matvinnsluvélina.
c) Vinnið allt hráefnið saman þar til það myndast klístrað og mylsnandi blanda.
d) Klæðið ferhyrnt bökunarform með smjörpappír.
e) Færið blönduna yfir í fatið sem er fóðrað og þrýstið henni vel niður til að mynda jafnt lag.
f) Geymið brownies í kæli í að minnsta kosti 1-2 klukkustundir til að stífna.
g) Þegar þær eru orðnar stífar, takið þið brownies úr fatinu, sneiðið í ferninga og berið fram. Þessar óbakaðar hnetukökur eru yndislegur og hollari valkostur við hefðbundnar brúnkökur.

ORKUBÖLUR & BIT

90.Súkkulaði Fudge kökukúlur

HRÁEFNI:
- 2 bollar súkkulaði fudge köku mola
- 1/2 bolli súkkulaðifrost
- Súkkulaðihúð (brætt súkkulaði)

LEIÐBEININGAR:
a) Blandið súkkulaðifudge-kökumola saman við súkkulaðifrosti.
b) Rúllið blöndunni í kúlur og setjið þær á fóðraða bakka.
c) Dýfðu hverri kúlu í bráðið súkkulaði til að hjúpa.
d) Leyfið þeim að stífna í kæli áður en þær eru bornar fram.

91.No-Bake möndlu snjóboltar

HRÁEFNI:
- 1 bolli möndlumjöl
- ¼ bolli hlynsíróp
- ¼ bolli möndlusmjör
- ½ tsk möndluþykkni
- ½ bolli rifin kókos

LEIÐBEININGAR:
a) Blandið saman möndlumjöli, hlynsírópi, möndlusmjöri og möndluþykkni í blöndunarskál. Hrærið þar til það hefur blandast vel saman.
b) Taktu litla skammta af blöndunni og rúllaðu í hæfilega stórar kúlur.
c) Rúllaðu hverri kúlu upp úr kókoshnetu þar til hún er jafnhúðuð.
d) Settu snjókúlurnar á bökunarplötu klædda bökunarpappír.
e) Geymið í kæli í að minnsta kosti 1 klukkustund til að stífna.
f) Berið fram kælt og njóttu þessara yndislegu möndlu snjóbolta.

92. No-Bake Cocoa-Bourbon kúlur

HRÁEFNI:
- 2 bollar fínmuldar súkkulaðismákökur
- 1 bolli flórsykur
- 1 bolli saxaðar pekanhnetur
- 3 matskeiðar ósykrað kakóduft
- ¼ bolli bourbon eða viskí
- 2 matskeiðar létt maíssíróp

LEIÐBEININGAR:
a) Í stórri hrærivélarskál, blandaðu saman muldum súkkulaðiskúffukökum, púðursykri, saxuðum pekanhnetum og kakódufti.
b) Bætið bourbon og léttu maíssírópi út í blönduna og hrærið þar til það hefur blandast vel saman.
c) Mótaðu blönduna í litlar kúlur með höndunum.
d) Settu kakó-bourbon kúlurnar á bökunarplötu klædda með vaxpappír.
e) Geymið í kæli í að minnsta kosti 1 klukkustund eða þar til það er stíft.
f) Berið fram kælt og njótið þessara yndislegu kakó-bourbon-kúla án baka!

93. No-Bake Gingersnap kúlur

HRÁEFNI:
- 2 bollar gingersnap kex mola
- ½ bolli flórsykur
- ½ bolli saxaðar hnetur (eins og valhnetur eða pekanhnetur)
- ¼ bolli létt maíssíróp
- 2 matskeiðar vatn

LEIÐBEININGAR:
a) Í hrærivélarskál, blandaðu saman engiferkökumola, flórsykri og saxuðum hnetum.
b) Í lítilli skál, þeytið saman léttu maíssírópi og vatni þar til það hefur blandast vel saman.
c) Hellið maíssírópsblöndunni yfir smákökumolablönduna og hrærið þar til það er jafnt rakt.
d) Mótaðu blönduna í litlar kúlur með höndunum.
e) Settu engiferkúlurnar á bökunarplötu klædda með vaxpappír.
f) Látið kúlurnar stífna í kæliskápnum í að minnsta kosti 1 klst.
g) Berið fram kælt og njótið þessara bragðgóðu og óbakaða engiferkúlur!

94.No-Bake Mokka líkjörkúlur

HRÁEFNI:

- 2 bollar súkkulaðikökumola
- 1 bolli fínt saxaðar hnetur (eins og möndlur eða pekanhnetur)
- ½ bolli flórsykur
- 2 matskeiðar kakóduft
- ¼ bolli kaffilíkjör
- 2 matskeiðar skyndikaffikorn
- 2 matskeiðar maíssíróp
- Púðursykur til að rúlla

LEIÐBEININGAR:

a) Í blöndunarskál, blandaðu súkkulaðikökumola, hakkuðum hnetum, flórsykri og kakódufti saman.
b) Leysið skyndikaffikorn í sérstakri skál upp í kaffilíkjör.
c) Hrærið kaffilíkjörblöndunni og maíssírópinu út í þurrefnin þar til það hefur blandast vel saman.
d) Mótaðu blönduna í litlar kúlur með höndunum.
e) Rúllaðu kúlunum upp úr flórsykri til að hjúpa.
f) Settu mokkalíkjörkúlurnar á bökunarplötu klædda með vaxpappír.
g) Látið kúlurnar stífna í kæliskápnum í að minnsta kosti 1 klst.
h) Berið fram kælt og njótið þessara decadent og óbakaða mokkalíkjörkúla!

95. No-Bake Cherry Rom Balls

HRÁEFNI:
- 2 bollar muldar vanillukökur
- 1 bolli flórsykur
- 1 bolli saxaðar valhnetur
- 1 bolli þurrkuð kirsuber, söxuð
- 2 matskeiðar kakóduft
- ¼ bolli romm
- 2 matskeiðar létt maíssíróp
- Fleiri flórsykur til að rúlla

LEIÐBEININGAR:
a) Í stórri hrærivélarskál, blandaðu saman muldum vanillu oblátukökunum, flórsykri, saxuðum valhnetum, þurrkuðum kirsuberjum og kakódufti.
b) Bætið romminu og léttu maíssírópinu út í blönduna og hrærið vel þar til allt hefur blandast vel saman.
c) Taktu litla skammta af blöndunni og rúllaðu þeim í 1 tommu kúlur með því að nota hendurnar.
d) Rúllaðu kúlunum upp úr flórsykri til að hjúpa þær jafnt.
e) Settu rommkúlurnar á bökunarplötu klædda bökunarpappír.
f) Kælið rommkúlurnar í að minnsta kosti 2 klukkustundir eða þar til þær eru orðnar stífar.
g) Þegar þær hafa verið kældar og stífnar, flytjið rommkúlurnar í loftþétt ílát til geymslu. Þeir geta geymst í kæli í allt að 2 vikur.

96.Appelsínukúlur án baka

HRÁEFNI:
- 2 bollar vanillu wafer mola
- 1 bolli flórsykur
- 1 bolli fínt saxaðar hnetur (svo sem pekanhnetur eða möndlur)
- ½ bolli appelsínusafi
- ¼ bolli appelsínubörkur
- Rifin kókos til að rúlla

LEIÐBEININGAR:
a) Blandið saman vanilludropum, flórsykri og söxuðum hnetum í blöndunarskál.
b) Bætið appelsínusafa og appelsínuberki út í blönduna. Hrærið þar til það hefur blandast vel saman og blandan heldur saman.
c) Mótaðu blönduna í litlar kúlur, um það bil 1 tommu í þvermál.
d) Veltið kúlunum upp úr kókos til að hjúpa þær.
e) Settu húðuðu appelsínukúlurnar á bökunarplötu klædda með vaxpappír.
f) Kælið kúlurnar í að minnsta kosti 1 klukkustund eða þar til þær eru orðnar stífar.
g) Geymið í loftþéttu íláti í kæli.

97. Hnetusmjör súkkulaðibita orkuboltar

HRÁEFNI:
- 1 bolli gamaldags hafrar
- 1/2 bolli hnetusmjör
- 1/3 bolli hunang eða hlynsíróp
- 1/2 bolli malað hörfræ
- 1/2 bolli lítill súkkulaðibitar
- 1 tsk vanilluþykkni
- Klípa af salti (valfrjálst)

LEIÐBEININGAR:
a) Blandið saman höfrum, hnetusmjöri, hunangi (eða hlynsírópi), möluðu hörfræi, súkkulaðibitum, vanilluþykkni og klípa af salti í stóra skál.
b) Blandið þar til það hefur blandast vel saman.
c) Kælið blönduna í um það bil 30 mínútur til að auðvelda meðhöndlun hennar.
d) Þegar blöndunni hefur verið kælt, rúllaðu henni í stórar kúlur.
e) Setjið orkukúlurnar á bökunarpappírsklædda bakka.
f) Geymið í kæli í að minnsta kosti 1 klukkustund áður en það er borið fram.

98.Kókosmöndludöðluorkuboltar

HRÁEFNI:
- 1 bolli döðlur, holhreinsaðar
- 1/2 bolli möndlur
- 1/4 bolli rifinn kókos, ósykrað
- 1 matskeið chia fræ
- 1 tsk vanilluþykkni
- Klípa af salti (valfrjálst)

LEIÐBEININGAR:
a) Blandið saman döðlum, möndlum, rifnum kókoshnetu, chiafræjum, vanilluþykkni og klípa af salti í matvinnsluvél.
b) Vinnið blönduna þar til hún myndar klístrað deig.
c) Skerið litla skammta af deiginu og rúllið þeim í kúlur.
d) Setjið orkukúlurnar á bökunarpappírsklædda bakka.
e) Geymið í kæli í að minnsta kosti 1 klukkustund áður en það er borið fram.

99.Orkukúlur með haframjölsrúsínuköku

HRÁEFNI:
- 1 bolli gamaldags hafrar
- 1/2 bolli rúsínur
- 1/4 bolli möndlusmjör
- 1/4 bolli hunang eða hlynsíróp
- 1 tsk kanill
- 1/2 tsk vanilluþykkni
- Klípa af salti (valfrjálst)

LEIÐBEININGAR:
a) Í matvinnsluvél skaltu sameina höfrum, rúsínum, möndlusmjöri, hunangi (eða hlynsírópi), kanil, vanilluþykkni og klípa af salti ef vill.
b) Vinnið blönduna þar til hún er vel sameinuð og klístruð.
c) Kælið blönduna í um það bil 30 mínútur.
d) Þegar blöndunni hefur verið kælt, rúllaðu henni í stórar kúlur.
e) Setjið orkukúlurnar á bökunarpappírsklædda bakka.
f) Geymið í kæli í að minnsta kosti 1 klukkustund áður en það er borið fram.

100. Súkkulaði kókos prótein kúlur

HRÁEFNI:
- 1 bolli rúllaðir hafrar
- 1/2 bolli súkkulaði próteinduft
- 1/3 bolli möndlusmjör
- 1/4 bolli hunang eða agave síróp
- 1/4 bolli rifinn kókos, ósykrað
- 1 tsk vanilluþykkni
- Klípa af salti (valfrjálst)

LEIÐBEININGAR:
a) Blandið höfrum, súkkulaðipróteindufti, möndlusmjöri, hunangi (eða agavesírópi), rifnum kókoshnetu, vanilluþykkni og klípu af salti í skál.
b) Hrærið þar til blandan hefur blandast vel saman.
c) Kælið blönduna í um það bil 30 mínútur.
d) Þegar blöndunni hefur verið kælt, rúllaðu henni í stórar kúlur.
e) Rúllaðu hverri kúlu upp úr rifnum kókoshnetu til viðbótar ef þú vilt.
f) Setjið orkukúlurnar á bökunarpappírsklædda bakka.
g) Geymið í kæli í að minnsta kosti 1 klukkustund áður en það er borið fram.

NIÐURSTAÐA

Þegar við komumst að lokakafla Próteinvöfflur EKKI BAKKAÐUR g, vona ég að þessi matargerðarlist hafi fært eldhúsinu þínu sætleika og ánægju. Með 100 ljúffengar veitingar innan seilingar eru möguleikarnir á að búa til eftirminnilega eftirrétti án ofnsins endalausir. Hvort sem þú hefur tileinkað þér listina að baka ekki bakstur sem daglega helgisiði eða pantað hana fyrir sérstök tækifæri, þá hefur ferðin verið ekkert minna en ljúffeng.

Þakka þér fyrir að taka þátt í þessu bragðgóða ævintýri. Megi framtíðarstarf þitt án baka fyllast af sköpunargáfu, gleði og ánægju af því að búa til eftirrétti sem skilja eftir varanleg áhrif. Þangað til næsta bökunarferð okkar, njóttu sætleika sköpunar FitWaffle og haltu áfram að njóta yndislegs heimsins sem ekki er bakað með góðgæti. Gleðilegan bakstur!

www.ingramcontent.com/pod-product-compliance
Lightning Source LLC
Chambersburg PA
CBHW071904110526
44591CB00011B/1545